ምስራቅ ኤደን

በገነት ጥላ ስር መኖር፡
የዘፍጥረት 4:16 ጥናት

ኤፍ.ዋይኒ ማክ ሌኦድ

ላይት ቱ ማይ ፓዝ የመጽ'ሐፍ ስርጭት
Sydney Mines, N.S CANADA B1V 1Y5

ምስራቅ ኤደን

የቅጂ መብት © 2014 በኤፍ.ዋይኒ ማክ ሌኦድ

መብት ሁሉ የተጠበቀ ነው። ከፀሐፊው የጽሑፍ ፈቃድ ውጪ የትኛውም የዚህ መጽሐፍ አካል በማንኛውም መልክ ወይም መንገድ ሊሰራጭ ወይም ሊተላለፍ አይችልም።

The Holy Bible, English Standard Version® (ESV®) Copyright © 2001 by Crossway, a publishing ministry of Good News Publishers. መብት ሁሉ የተጠበቀ ነው። ESV Text Edition: 2007

ለጽሑፍ አራሚዎች ልዩ ምስጋና፡

ዲዐን ማክ ሌኦድ፣ፓት ችሚድ

ትርጉም- በሔኖክ እስጢፋኖስ

ማውጫ

መቅድም 1
1 መግቢያ እና አውደ ጽሑፍ 3
2 ቃየን 9
3 ቃየንም ከእግዚአብሔር ፊት ወጣ 15
4 የእግዚአብሔር ህልውና 23
5 በኖድ ምድር መቀመጥ 29
6 ምስራቅ ኤደን 35
7 በኤደን ሙላት ውስጥ መኖር

መቅድም

ይህ በዘፍጥረት 4:16 የሚገኝ ቀለል ያለ ጥናት ነው። በመጀመሪያ እግዚአብሔር በዚህ ክፍል ላይ እንድጽፍ በልቤ ሸክምን ሲያስቀምጥ በአዕምሮዬ ውስጥ ምንም አይነት ልዩ የሆነ ግብ ላይ ስላልደረስኩ ምን እንደማገኝ እርግጠኛ አልነበርኩም ነበር። ሆኖም ለማሰብ ጊዜ ስወስድ እግዚአብሔር ባለጠግነቱን እና አተገባበሩን አሳየኝ።

በዘፍጥረት 4:16 ውስጥ የሚገኘው የቃየን ታሪክ በበርካታ መንገዶች የእኛም ታሪክ ነው። ስለ ሰው አመጽ እና ከእግዚአብሔር ዘንድ ወጥቶ ስለ መኰብለል የሚናገር ታሪክ ነው። ቃየን ከእግዚአብሔር ፊት የወጣበትን ታሪክ ስንመለከት እኛም ሸሽተን ለመሄድ ያለብንን ፈተናዎች እናውቃለን። በዚህ ዓለም መስህቦች እና ኃጢአተኛው ልባችን ምን ያህል እንደምንፈተን እናውቃለንና።

ሆኖም ይህ ምንባብ፤ከቃየን የአመጽ ታሪክ ያለፈ ነው። ለሕዝቡ ያለው የእግዚአብሔር ልብ መገለጠ ነው። የተፈጠርነው በኤደን ገነት ውስጥ እንድንኖር ነበር። ኃጢአት የገነትን በረከቶች የመለማመድ እድል ባሳጣን ጊዜ፤ጌታ ኢየሱስ ይህንን እድል በሞቱ እና በትንሳኤው መልሶ ሰጠን። በረከቶቹ እና እድሎቹ በጌታ ኢየሱስ የቀረበውን ይቅርታ ለሚቀበል ሁሉ እንደገና ቀርበዋል።

እግዚአብሔር አስቀድሞ ለእኛ ያሰበውን እንደገና እንለማመድ ዘንድ ልቦቻችንን እንከፍታለን? ወደ እግዚአብሔር ህልውና ውስጥ ገብተን በእርሱ እና በእውነተኛ ማንነቱ መደሰትን እንማራለን? በዚህ ግልጽ የሆነ ጥናት እያንዳንዱ አንባቢ ህይወቱን እንደገና እንደሚመረምር ተስፋ አደርጋለሁ። ጸሎቴ እንደገና በእግዚአብሔር ህልውና ደስታ እና የበረከቱ ሙላት ስፍራ ውስጥ ለመኖር እንዲያነሳሳን ነው።

ይህን ጥናት በመጀመራችሁ እግዚአብሔር ይባርካችሁ።

ኤፍ.ዋይኒ ማክ ሌኦድ

1

መግቢያ እና አውደ ጽሑፍ

> ቃየንም ከእግዚአብሔር ፊት ወጣ፤ ከዔድንም ወደ ምሥራቅ በኖድ ምድር ተቀመጠ። (ዘፍጥረት 4:16)

የዘፍጥረት 4:16 ጥናት ስንጀምር አውደ ጽሑፉን መመልከት እጅግ በጣም አስፈላጊ ነው። ወደዚህ ክፍል የሚያመራን በርካታ አስፈላጊ የሆኑ ክንውኖች ነበሩ። እስቲ እነርሱን ለመመርመር ትንሽ ጊዜ እንውሰድ።

ቃየን እግዚአብሔር መጀመሪያ የፈጠራቸው የአዳምና ሔዋን ልጅ ነበር። የአዳምና ሔዋንን ታሪክ እንዲሁም እንዴት ከኃጢአት የተነሳ ከዔደን ገነት እንደተባረሩ እናውቃለን። ቃየን አዳምና ሔዋን ከዔደን ገነት ከተባረሩ በኋላ የተወለደ ነበር። የበኩር ልጃቸው ነበር። ኃጢአት ወደ ዓለም በገባ ጊዜ፤ሁሉም ነገር በንጽጽር አዲስ ነበር። ቃየን የተወለደበት ዓለም፤ከኃጢአት እርግማን በታች ቢሆንም፤ዳሩ ግን የኋለኛው ትውልድ የተመለከተውን ሙሉ የእርግማን ውጤት አልተመለከተም ነበር። ሃገራት የእርስ በእርስ ጦርነት ላይ አልነበሩም። እግዚአብሔር የለሽ ሐይማኖቶች ገና አልተፈጠሩም። ምድር አንዱ በሌላው ሕይወት ላይ የነፍስ ግድያ፤መድፈር ወይም የጭካኔ ጥቃት ገና አልተመለከተችም ነበር። የአዳም እና ሔዋን የበኩር ልጅ እንደመሆኑ መጠን፤ቃየን በሚመጣው ትውልዶች ላይ የኃጢአት ውጤቶች ምን እንደሚመስሉ ለዓለም ይገልጣል።

ዘፍጥረት 4 የአዳምና የሔዋን ሁለተኛ ልጅ የሆነው እና የቃየን ታናሽ ወንድም ስለሆነው የአቤል ልደት ታሪክ ይተርካል። ባደጉ ጊዜ ልጆቹ የተለያየ ሙያ ባለቤቶች ሆኑ። ቃየን ምድርን የሚያርስ እና ፍራፍሬዎችን የሚያመርት ነበር። አቤል ደግሞ በጎችን ይጠብቅ ነበር። እነዚህ ሁለቱም መልካም ሙያዎች ነበሩ።

ለእግዚአብሔር መስዋዕትን የሚያቀርቡበት ጊዜ ደረሰ። ቃየን እንደ መሬት አራሽነቱ፤“የምድር ፍሬን” መስዋዕት አድርጎ አቀረበ። አቤል ደግሞ የበጎች እረኛ

እንደመሆኑ፤ከበጎቹ በኵራትና ከስቡ አቀረበ። ልጆቹ ያላቸውን እንደ መስዋዕት አድርገው ለእግዚአብሔር አቀረቡ። ሁለቱም ተገቢ የሆነ መስዋዕት ነበሩ።

በዘፍጥረት 4:4-5፤ እንግዲህ እግዚአብሔር አቤል ያቀረበውን መስዋዕት እንደተቀበለ እንመለከታለን፤ነገር ግን የቃየንን መስዋዕት አልተቀበለም። የቃየን መስዋዕት በእግዚአብሔር ዘንድ ተቀባይነትን ለምን እንዳላገኘ በርካታ መላ ምቶች አሉ። አንዳንዶች ያቀረበው የመስዋዕት አይነት እንደሆነ ያምናሉ። ሌሎች ደግሞ ቃየን እንደ ወንድሙ የእንስሳት መስዋዕት ማቅረብ ነበረበት ብለው ይናገራሉ። በዚህ ማብራሪያ ላይ ያለው ችግር የእግዚአብሔር ሕዝብ የመከር በኵራታቸውን ማቅረብ እንዳለባቸው ታዘዋል (ዘጸአት 23:19; ዘሌዋውያን 2:14; 23:10 ይመልከቱ)። የምድሪቱ ፍሬ በእግዚአብሔር ዘንድ ተቀባይነትን ያገኘ መስዋዕት ነበር። ይህ እግዚአብሔር የቃየንን መስዋዕት ለምን እንዳልተቀበለ ሌላ ምክንያት እንዳለ ወደ ማመን ይመራናል።

ለመልሱ በጣም ርቀን መመልከት ሳይጠበቅብን ዘፍጥረት 4:5 እንመልከት:

> 5 ወደ ቃየንና ወደ መሥዋዕቱ ግን አልተመለከተም። ቃየንም እጅግ ተናደደ ፊቱም ጠቆረ።

እግዚአብሔር ወደ ቃየንና ወደ መሥዋዕቱ እንዳልተመለከተ የሚናገረውን የዘፍጥረት 4:5 አስተውሉ። ይህ ጉዳይ ከመስዋዕቱ ጋር እንዳልሆነ ነገር ግን ከቃየን ዘንድ እንደሆነ ይናገራል። ቃየን እግዚአብሔር የአቤልን መስዋዕት እንደተቀበለና የእሱን መስዋዕት እንዳልተቀበለ በተመለከተ ጊዜ "እጅግ ተናደደ" ፊቱም ጠቆረ፤ይላል። በእርግጥ ፈቃድዋም ወደ እርሱ የሆነ ኃጢአት በደጁ እያደባ እንደሆነ በማስጠንቀቅ እግዚአብሔር ለቃየን ስለ አመለካከቱ የተናገረበት ጉዳይ ኮስተር ያለ ነበር። ይህ ስለ ቃየን ምን ይነግረናል?

የቃየን ልብ ክፋትን እና ኃጢአትን ለማሳደግ የተዘጋጀ አፈር ነበር። በወንድሙ ላይ "እጅግ የተናደደበት" እውነታ የሚያሳው የቃየን ልብ በእግዚአብሔር ወይም በወንድሙ ዘንድ ትክክል እንዳልነበር ነው። የእርሱ መስዋዕት ተቀባይነትን ባጣ ጊዜ፤ተቀባይነት ስለማጣቱ እግዚአብሔርን ለመፈለግ ምክንያት ሊሆነው ይገባ ነበር። ንስሃ መግባት እና ህብረቱን ማደስ ነበረበት።

ከመስዋዕቱ በኋላ ግን፤እግዚአብሔር ኃጢአት በደጁ እንደሚያደባ ቃየንን አስጠንቅቆት ነበር። እግዚአብሔር የቃንን ልብ አስተዋለ እናም ሊፈርስ እንደተዘጋጀ ግድብ ያለ ኃጢአት ተመለከተ። እግዚአብሔር ጥሶ እንዳይወጣ ኃጢአትን ይቆጣጠር ዘንድ ነግሮት ነበር። ቃየን ግን አልሰማም። በሚቀጥለው ክፍል ላይ፤ቃየን በቅንዓት ተነሳስቶ ወንድሙን ገደለው፤ስለሆነውም ነገር እግዚአብሔርን ዋሸ።

እነዚህ ክንውኖች ስለ ቃየን ልብ የሚያሳዩን ምንድ ነው? እርሱ ወደ እግዚአብሔር የመጣው በቅንአት እና በምሬት በተሞላ ልብ ነበር። በእግዚአብሔር ያልተቃኘ ልብ ወይም እግዚአብሔርን ለመስማት ዝግጁ አልነበረም። በኃጢአት እና በአመጽ የተሞላ ልብ ነበር። ነፍሰ ገዳይ ልብ ነበር። እግዚአብሔር ወደ መስዋዕቱ ፍጹም እየተመለከተ ያልነበረበት ሊሆን ይችላልን? ምናልባት በዚያን ቀን ወደ እርሱ የመጡትን የእነዚህን ወንድማማች ልብ እየተመለከተ ይሆናል። ቃየንን እና መስዋዕቱን ከኃጢአተኛ አመለካከቱ፤ቅንአቱ እና አመጸኝነቱ የተነሳ አልተመለከተውም ይሆናል።

በዚያን ቀን ከእግዚአብሔር ዘንድ ማስጠንቀቂያ የተሰጠው ቢሆንም የቃየን ተግባር ግን የእግዚአብሔር እርግማን ወደ ህይወቱ እንዲመጣ ምክንያት ሆነው። በዘፍጥረት 4:11 እግዚአብሔር የሚያርሰውን ምድር እንደረገመ እና ምድርንም ባረሰ ጊዜ እንግዲህ ኃይልዋን ትሰጠው ዘንድ እንደማትችል እንደነገረው እናነባለን። በምድርም ላይ ኰብላይና ተቅበዝባዥ በአንድ ስፍራ ላይም ተረጋግቶ የማይኖር እንደሚሆን ነገረው። እግዚአብሔር ከቃየን በረከቱን በወሰደ ጊዜ፤ጸጋው ግን አሁንም ማስረጃ ነበር። እግዚአብሔርም ቃየንን ያገኘው ሁሉ እንዳይገድለው ምልክት አደረገለት። ቃየን የኤደንን ክልል ለቆ ወጣ፤ሚስትም አገባ፤ቤተሰብም መሰረተ። እግዚአብሔር ይህን እድል ሲሰጠው፤ቀሪው ህይወቱን ከቤተሰቡ ተለይቶ እና "ከእግዚአብሔር ህልውና ርቆ" ይኖራል። (ዘፍጥረት 4:16)

የዘፍጥረት 4:16 አውደ ጽሑፍ የሚገልጸው በቃየን ሕይወት ውስጥ ያለውን የኃጢአት ውጤት ነው። እርሱ በልቡ ውስጥ ካለው ቅንአት፤አመጽ እና የነፍስ መግደል ሃሳቦች ይታገል ነበር። እግዚአብሔር ተቀባይነትን ባጣው መስዋዕቱ በኩል ማስጠንቀቂያ ሰጥቶታል። እግዚአብሔር በግል ኃጢአት በደጁ እንደምታደባ ይናገረው ነበር፤ነገር ግን እርሱ አልሰማም። ከዚያ ይልቅ ልቡን አደነደነ፤ለኃጢአተኛ ምኞቶቹም ተማረከ። ውጤቱ የወንድሙ ሞት ብቻ ሳይሆን፤ነገር ግን ከራሱ እና ከአምላኩ ጋር ጥልቅ የሆነ መለያየት ነበር።

ለምልከታ፡

- በምድር ላይ የኃጢአት ውጤት በተለይ በቃየን ሕይወት ውስጥ የነበረው ተጽዕኖ ምን ነበር? በሕይወታችሁ እነዚህን የኃጢአት ውጤቶች ተመልከታችኋልን?
- ወደ እግዚአብሔር በአምልኮ ስንቀርብ የሚኖርን ልባዊ አመለካከት ምን ያህል አስፈላጊ ነው?
- ቃየን እግዚአብሔርን እና የእርሱን ማስጠንቀቂያዎች ለመስማት የነበረውን የትህትና እና ፈቃደኝነት ጉድለት የሚያሳየው እንዴት ነው?

- እዚህ ጋር ስለ ኃጢአት እና በደጃችን ስለሚያደባበት መንገድ ምን እንማለራለን ? ዛሬ እግዚአብሔር ስለዚህ ኃጢአት ምን ያስተምረናል?
- ቃየን ባለመታዘዙ ምክንያት መከራ ቢቀበልም እግዚአብሔር ለቃየን ህይወት ያዘጋጀው ምን የጸጋ ማስረጃ አለ?
- በወደቃችሁ ጊዜ የእግዚአብሔርን ጸጋ ተለማምዳችሁ ታውቃላችሁን ? አብራሩ።

ለጸሎት፡

- ፈቃድዋ ወደ እናንተ ሆኖ በደጃችሁ በምታደባ ኃጢአት ላይ ድልን እንዲሰጣችሁ እግዚአብሔርን ጠይቁ፤ በደጃችሁ የሚያደባው ምን አይነት የተለየ ኃጢአት ነው?
- እግዚአብሔር በሕይወታችሁ ያለውን ዓላማ እንዳትታዘዙ የሚያደርጋችሁ በልባችሁ ያለ ማንኛውም አይነት አመጽ እንዲሰብረው ጸልዩ።
- እግዚአብሔር ልባችሁን ከቅንዓት፤ምሬት ወይም ቁጣ እንዲያነጻ ጸልዩ።
- ይቅር ልትሉ የሚገባችሁ ወንድም ወይም እህት አላችሁን? ስለ ወንድማችሁ ወይም እህታችሁ ያላችሁ በልባችሁ ያለ ማንኛውም አይነት ኃጢአተኛ አመለካከት እግዚአብሔር እንዲሰብረው ጸልዩ።

2

ቃየን

ቃየንም... (ዘፍጥረት 4:16)

በቀደመው ምዕራፍ የዘፍጥረት 4:16 አውደ ጽሑፍ ተመልክተናል። በዚህ ምዕራፍ ውስጥ የቃየንን ሥም እና ትርጉም እንመለከታለን። በዘፍጥረት 4:1 የአዳም እና ሔዋን የመጀመሪያ ልጅ የሆነው ቃየን ስሙን እንዴት እንዳገኘው እንመለከታለን፤

> አዳምም ሚስቱን ሔዋንን አወቀ፤ ፀነሰችም፥ ቃየንንም ወለደች። እርስዋም፦ "ወንድ ልጅ ከእግዚአብሔር አገኘሁ አለች።"

ከዘፍጥረት 4:1 ሔዋን ለምን ልጇን "ቃየን" ብላ እንደጠራቻው አንድ እይታ እንይዛለን። በዚህ ክፍል ውስጥ "ወንድ ልጅ ከእግዚአብሔር በማግኘቷ" ምክንያት እንደሆነ ተነግሮናል። ይህንን ለመረዳት ቁልፉ የመጣው ከራሱ ከእብራይስጥ ቋንቋ ነው። በዘፍጥረት 4:1 "አገኘሁ" የሚለው ቃል በእብራይስጡ ቃል "ቃና" ወይም "*qanah*" ተብሎ ተተርጉሟል። በግርድፉ "ማግኘት"፤"መግዛት" ወይም "የራስ ማድረግ" ማለት ነው። በኢንግሊዝኛው ኬይን(Cain) የተባለው በእብራይስጡ "ቃየን" ተብሎ ይጠራል። በእነዚህ ሁለት ቃላት መካከል ያለውን መመሳሰል አስተውሉ። ሔዋን ልጇን "ቃየን" ብላ ጠራችው፤ምክንያቱም እሱ ከእግዚአብሔር የተገኘ(ርስት) "ቃየን" ነበርና።

በዚህ ስም ውስጥ የእናትነት ርህራሔ ስሜት አለ። ይህ ልጅ ለሔዋን የተሰጠ "የተበረከተ" ውድ ስጦታ ነው (ዘፍጥረት 4:1) ። በእጇቿ የታቀፈችው ትንሽ ልጅ በኃጢአት ምክንያት ባሳዘነችው እግዚአብሔር የተሰጠ ነበር። እሷ በገነት ውስጥ እግዚአብሔር ላይ ብታምጽም፤እሱ ግን ለእሷ ሕይወት የእግዚአብሔር የማያቋርጥ በረከት መገለጫ ነው።

ቃየን የሄዋን ርስት ሆኖ ሳለ፤ ሔዋንም እሱ ከእግዚአብሔር እንደመጣ አውቃ ነበር። እሷ እና ባለቤቷ አዳም በቅርቡ በኃጢአታቸው ምክንያት ከገነት ተባረው ነበር። በተጨማሪም ይህ ገነት ርስታቸው ይሆን ዘንድ ተሰጥቷቸው ነበር። ለተወሰነ ጊዜ በፍሬአማነቱ ተደስተውም ነበር፤ነገር ግን በኃጢአታቸው ምክንያት ከእነርሱ ተወስዷል። በእውነት የሷ ያልሆነ ነገር እንደሌለ ተረድታ ይሆናል። እሷ የነበራት ሁሉ የእግዚአብሔር ነበር። እሷ በእጇ ላስቀመጠው ሁሉ ተንከባካቢ ነበረችና።

የቃየን ስም ትልቅ ነው። እሱ የራሱ እንዳልነበረ ያሳየናል። እርሱ ለእናቱ እና አባቱ እንዲንከባከቡት እና እንዲወዱት እንደ ስጦታ የተሰጠ የእግዚአብሔር ርስት ነበር። እንደ እግዚአብሔር ርስት፤እሱ ለገዛው እና ሕይወቱን ለሰጠው የመሆን ግዴታ ነበረበት።

ጳውሎስ ለቆሮንቶስ ቤተክርስቲያን ሲጽፍ እንዲህ ይላል፤

> ወይስ ሥጋችሁ ከእግዚአብሔር የተቀበላችሁት በእናንተ የሚኖረው የመንፈስ ቅዱስ ቤተ መቅደስ እንደ ሆነ አታውቁምን? በዋጋ ተገዝታችኋልና ለራሳችሁ አይደላችሁም፤ ስለዚህ በሥጋችሁ እግዚአብሔርን አክብሩ። (1 ቆሮንቶስ 6:19-20)

ጳውሎስ ለቆሮንቶስ ሰዎች የጻፈውን አስተውሉ። እነርሱ የራሳቸው እንዳልነበሩ ይነግራቸው ነበር። ሰውነታቸው የመንፈስ ቅዱስ ቤተ መቅደስ ነበር። እነርሱ እንደ ርስቱ ሆነው በጌታ ኢየሱስ ተገዝተዋል።

እንደ እግዚአብሔር ርስት፤የእግዚአብሔር ህዝብ ለገዛቸው አምላክ ብቻ የመሆን ግዴታ አለባቸው። በ1ኛ ቆሮንቶስ 6:20 ጳውሎስ ሰውነታቸው የመንፈስ ቅዱስ ርስት ከመሆኑ የተነሳ፤በሰውነታቸው እግዚአብሔርን ሊያከብሩ እንደሚገባቸው ይነግራቸዋል።

የቃየን ስም እርሱ የራሱ እንዳልነበረ ያስታውሰው ነበር። እርሱ የሌላ ሰው ነው። የእግዚአብሔርን እና የጌታን ስም በሚያከብር መንገድ ለመሄድ እንደ እግዚአብሔር ንብረት በእርሱ ላይ የሆነ ልዩ ግዴታ ነበረበት።

እንደ ክርስቲያን የእግዚአብሔር ስለ መሆናችን እውነቱን መዘንጋት ለእኛ እንዴት ቀላል ይሆናል። እግዚአብሔር ከእኛ ስለሚጠብቀው ነገር ብዙም ሳንጨነቅ ሕይወታችንን መምራት እንችላለን። ቃየን እኛ የእግዚአብሔር ርስት እንደሆንን ያስታውሰናል። ሁልጊዜ በፊታችን ስላለው በዚህ እውነታ ለመኖር ዝግጁ ነን? ደስታዎቻችንን የእሱን ፈቃድ ለመፈለግ ስንል አሳልፈን እንሰጣለን? በእሱ ለመመላለስ እቅዳችንን እንማርካለን?

በዚህ ዓለም ውስጥ፤ሰዎች ገለልተኝነታቸውን እና ነጻነታቸውን አረጋግጠዋል። ትኩረት ከእግዚአብሔር ላይ ተነስቶ በሕይወታችን ወዳሉ ግቦች እና ዓላማዎች ዞሯል። በዚህ ዓለም የተወለደ አንድ በኩር ልጅ የሌላ ሰው ስለመሆኑ ማስታወሻ የሚሆን ስም መሸከሙ

አስደሳች አይደለምን? ይህ እኛ የእግዚአብሔር ርስት እንሆን ዘንድ ስለመፈጠራችን ማስታወሻ አይደለምን? ይህ በዘመናችን ተቀባይነትን ያገኘ ሃሳብ አይደለም፤ነገር ግን ዳግም ልናስበው የሚያስፈልገን ነው። በእግዚአብሔር እና ለእግዚአብሔር መፈጠራችንን እስክንረዳ ድረስ መቼም እሱ ለእኛ ያዘጋጀውን የበረከት ሙላት አንለማመድም።

ጳውሎስ በሮሜ 11:36 አማኞችን ያስታወሳል፤

> ሁሉ ከእርሱና በእርሱ ለእርሱም ነውና፤ ለእርሱ ለዘላለም ክብር ይሁን፤ አሜን።

ለቆላስይስ ቤተክርስቲያን ሲጽፍላቸው ደግሞ ሐዋሪያው እንዲህ ይላል፤

> እርሱም የማይታይ አምላክ ምሳሌ ነው፤ የሚታዩትና የማይታዩትም፥ ዙፋናት ቢሆኑ ወይም ጌትነት ወይም አለቅነት ወይም ሥልጣናት፥ በሰማይና በምድር ያሉት ሁሉ በእርሱ ተፈጥረዋልና ከፍጥረት ሁሉ በፊት በኲር ነው፤ ሁሉ በእርሱና ለእርሱ ተፈጥሮአል፤ (ቆላስይስ 1:15-16)

በእነዚህ ሁለት ክፍሎች እግዚአብሔር የሁሉም ነገሮች ፈጣሪ እና ሁሉም ነገሮች ለእርሱ እንደተፈጠሩ አስተውሉ። ይህ ማለት እኔ እና እናንተ የተፈጠርነው ለእግዚአብሔር ነው። እኛ የተፈጠርነው ለእርሱ ክብር እና የእሱን አጠቃላይ ዓላማ እንድናገለግል ነው። ሕይወታችንን በሙላት መኖር ካለብን፤የጌታ እንደሆንን እና ታላቅ የሆነው ደስታ እና እርካታ የሚመጣው ራሳችንን ለእርሱ እና ለዓላማው በማስገዛት ብቻ እንደሆነ ወደ መረዳት መምጣት አለብን። እንደ እግዚአብሔር ርስት፤የቃየን ሕይወት ታላቁ ዓላማ የነበረው ለተሰጠለት ክብር ማምጣት ነው። ይህ ታላቁ ዓላማችን እና ደስታችን ሊሆን ይገባል።

ለምልከታ፡

- ሔዋን የመጀመሪያ ልጇን ለምን ቃየን ብላ ጠራችው?
- የቃየን ስም ትርጉም ምንድ ነው? ይህ ለእርሱ ምን ማለት ነበር?
- የእግዚአብሔር መሆን ማለት ምን ማለት ነው? ምን ግዴታዎችን ያመጣል?
- የእግዚአብሔር መሆን የሚያመጣቸው በረከቶች ምንድ ናቸው?
- ራሳችሁን ለመመርመር ትንሽ ጊዜ ውሰዱ። የሕይወትህ አኗኗር “የራስህ አለመሆንህን” ይገልጣልን? ለእግዚአብሔር መስጠት የሚያስፈልግህ የሕይወትህ ስፍራዎች አሉን? እነርሱ ምንድ ናቸው?

ለጸሎት፦

- የእርሱ ርስት እንደመሆናችሁ ስለ ጥበቃውና እና አቅርቦቱ እርግጠኞች መሆን ስለምትችሉ እግዚአብሔርን አመስግኑ።
- ለእግዚአብሔር ያልሰጣችሁት ማንኛውንም አይነት የሕይወታችሁን ክፍል እግዚአብሔር እንዲያሳያችሁ ጠይቁ።
- በእያንዳንዱ ቀን እሱ ጌታችሁ እንደሆነ እና እናንተም የእርሱ እንደሆናችሁ በመረዳት እንድትኖሩ እግዚአብሔር እንዲረዳችሁ ጸልዩ።

3

ቃየንም ከእግዚአብሔር ፊት ወጣ

ቃየንም ከእግዚአብሔር ፊት ወጣ... (ዘፍጥረት 4:16)

በዚህ ጥናት የመጀመሪያው ምዕራፍ ውስጥ የዘፍጥረት 4:16 ታሪክ ተመልክተናል። በዚያም በደጁ ኃጢአት እንደምታደባ የእግዚአብሔር ማስጠንቀቂያ የተሰጠው ቢሆንም ቃየን ግን ከፉ ቅንአት በወለደው ቁጣ ተነሳስቶ ወንድሙን እንደገደለው ተመልክተናል። በዚህ ምንባብ ውስጥ ደግሞ የነፍስ መግደል ኃጢአት ላይ ማተኮር በጣም ቀላል ይሆናል፤ዳሩ ግን ይህ የቃየን ኃጢአት ብቻ አይደለም።

የቃየን ኃጢአት የጀመረው በልቡ ውስጥ ነው። መስዋዕቱን ለእግዚአብሔር ከማቅረቡ በፊት እንኳን፤የቅንዓት እና ቁጣ ዘር በውስጡ ነበር። መስዋዕቱ ተቀባይነት ያጣበት እውነታ በጣም ግልጽ ነው። በእግዚአብሔር ፊት በተስተካከለ ልብ ባለመምጣቱ ምክንያት እግዚአብሔር ያቀረበውን መስዋዕት አልተቀበለውም።

ተቀባይነትን ያጣው መስዋዕቱ ከእግዚአብሔር የመጣ ማስጠንቀቂያ ነበር። እነዚያ ነገሮች በእሱ እና በፈጣሪው መካከል ትክክል እንዳልነበረ ለቃየን ያሳየው ነበር። ይህ ትሁት ሊያደርገው እና ጌታን ይፈልግ ዘንድ ምክንያት ሊሆነው ይገባ ነበር፤ነገር ግን እርሱ አላደረገውም።

መጽሐፍ ቅዱስን ሁሉ ስንመለከት እግዚአብሔር ሕዝቡን ያስጠነቅቅ ነበር። በአሞጽ 4:7 ላይ እግዚአብሔር ዝናብን በማቆም ይህን አድርጎ ነበር፡

> መከር ሳይደርስ ገና ከሦስት ወር በፊት ዝናብ ከለከልኋችሁ፤ በአንድም ከተማ ላይ አዘነብሁ፥ በሌላውም ከተማ ላይ እንዳይዘንብ አደረግሁ፤ በአንድ ወገን ዘነበ፥ ያልዘነበበትም ወገን ደረቀ።

በሆሴዕ ዘመን ለምድሪቱ እና ለእንስሳትም ተናግሮ ነበር፡

እርግማንና ሐሰት ግዳይና ስርቆት ምንዝርናም ወጥተዋል፤ ደምም ወደ ደም ደርሶአል። ስለዚህ ምድሪቱ ታለቅሳለች፥ በእርስዋም የሚቀመጡ ሁሉ ከምድር አራዊትና ከሰማይ ወፎች ጋር ይደከማሉ፤ የባሕሩም ዓሦች ያልቃሉ። (ሆሴዕ 4:2-3)

በአሞጽ እና በሆሴዕ ተዘርዝረው የተነገሩት ክንውኖች አንድ ትክክል ያልሆነ ነገር ሲኖር ለህዝቡ የሚናገርበት መንገድ ነበር። አንድ ከተማ የዝናብ በረከት ሲያገኝ፤ሌላው ከተማ ደግሞ ደረቅ ነበር። አንድ ማሳ ዝናብ ሲኖረው ሌላኛው ማሳ ደግሞ ደረቅ ይሆናል። ይህ የእግዚአብሔርን ሕዝብ ምን እየተከናወነ እንደነበር እንዲያስብ ያደርገው ነበር። እነዚህ ማስጠንቀቂያዎች የእግዚአብሔር ህዝብ ልባቸውን ይመረምሩ ዘንድ በማሰብ ነው።

በተመሳሳይ መንገድ፤ጌታ እግዚአብሔር በግል ለቃየን ይናገረው ነበር። እስቲ እግዚአብሔር በዘፍጥረት 4:6-7 የተናገረውን እንመልከት፡

እግዚአብሔርም ቃየንን አለው፡- ለምን ተናደድህ? ለምንስ ፊትህ ጠቆረ? መልካም ብታደርግ ፊትህ የሚበራ አይደለምን? መልካም ባታደርግ ግን ኃጢአት በደጅ ታደባለች፤ ፈቃድዋም ወደ አንተ ነው፥ አንተ ግን በእርስዋ ንገሥባት።

እግዚአብሔር ለቃየን መስዋዕቱ ተቀባይት ያላገኘበት ምክንያት “መልካም ስላላደረገ” እንደሆነ ግልጽ አድርጎለታል። መስዋዕቱ ተቀባይነት ከማግኘቱ በፊት ሊያስወግደው የሚገባ መሰናክል ነበር። ፈቃድዋ በእርሱ ላይ የሆነች ኃጢአት በደጁ እንደምታደባ እግዚአብሔር አስጠንቅቆታል። እዚህ ጋር አንድ ተነስቶ ለማደን የተዘጋጀ እና እያደባ ያለ አንበሳ ስዕል እንመለከታለን። እግዚአብሔር ቃየን በሚሄድበት መንገድ አደገኛ ነገር እንደሚገጥመው ነግሮት ነበር። ከፊቱ አንበሳ አድብቶ ዘሎ ሊውጠው እንደተዘጋጀ አስጠንቅቆታል።

ቃየን እነዚህን ማስጠንቀቂያዎች ሰምቷቸው ነበር፤ነገር ግን ትሁን ከመሆን ይልቅ፤በያዘው መንገድ መሄድን ቀጠለ። በቁጣ ተነሳስቶ ወንድሙን ገደለው። ወንጀለኛ ነበር፤የነፍስ መግደል ኃጢአት ብቻ አይደለም፤ዳሩ ግን እግዚአብሔርን አለመቀበል እና የልቡን ኃጢአት ለመተው እምቢ ማለት ነው። ሐጢያቱን ከመናዘዝ ይልቅ፤ቃየን እሳቱን ማራገብ እና ለኃጢአቱ መማረከን መረጠ።

እግዚአብሔር ቃየንን ወንድሙ የት እንደሚገኝ በጠየቀው ጊዜ፤ቃየን የወንድሙ ጠባቂ አይደለምና የት እንደሚገኝ እንደማያውቅ ነገረው(ዘፍጥረት 4:9) ። እዚህ ጋር ሁለት ነገር አስተውሉ። መጀመሪያ ቃየን ስለ ወንድሙ ያለውን ኃላፊነት መካዱን አስተውሉ

እንዲሁም በአጠቃላይ ለወንድሙ ግድ እንደማይሰጠው አሳይቷል። ምላሹም “የወንድሜ ጠባቂ አይደለሁም” የሚል ነበር፤በእርሱ እና በወንድሙ መካከል ርቀት እንዳለ የሚያመላክት ነው። ቃየን አንዳች ነገር በእርሱ እና በወንድሙ መካከል እንዲገባ ፈቅዷል። ኢየሱስ ስለዚህ ጉዳይ በማቴዎስ 5:23-24 የሚናገረው አለው፡

እንግዲህ መባህን በመሠዊያው ላይ ብታቀርብ፥ በዚያም ወንድምህ አንዳች በአንተ ላይ እንዳለው ብታስብ፥

በዚያ በመሠዊያው ፊት መባህን ትተህ ሂድ፥ አስቀድመህም ከወንድምህ ጋር ታረቅ፥ በኋላም መጥተህ መባህን አቅርብ።

የቃየን በወንድሙ ላይ ያለው ኃጢአተኛ አመለካከት ከእግዚአብሔር ጋር ባለው ህብረት እንቅፋት ነበር። ለዚህ ለፈረሰው ሕብረት እግዚአብሔር እሱን ተጠያቂ አድርጎታል።

በሁለተኛ ደረጃ በዘፍጥረት 4:9 ቃየን ጌታ እግዚአብሔርን እንደዋሸ እንማራለን። እሱ ወንድሙ የት እንደሆነ እንደማያውቅ ለእግዚአብሔር ነገረው። ይህ በሐዋሪያት ሥራ 5 ላይ ሐናንያ የተባለው ሰው ሰጲራ ከተባለች ሚስቱ ጋር መሬት በሸጡ ጊዜ፤የመሬቱን ሽያጭ እኩሌታውን ለራሳቸው ደበቁው ቀሪውን ለቤተክርስቲያን ከሰጡበት ሁኔታ ጋር የሚመሳሰል ነው። እንግዲህ ለቤተክርስቲያን የሽያጩን ሙሉ ገንዘብ እንደሰጡ ተናገሩ። መንፈስ ቅዱስን መዋሸቱን ለገለጸው ጴጥሮስ መንፈስ ቅዱስ ሐናኒያ እየዋሸ እንደሆነ ነገረው (ሐዋ 5:3) ። ይህን ከስ ወዲያው እንደሰማ፤ወድቆ ሞተ። በመዋሸት ለእግዚአብሔር ክብር ባለመስጠቱ እግዚአብሔር በጣም ኮስተር ያለ ቅጣት አመጣበት። ሚስቱም ተመሳሳይ የሆነ እጣ ፈንታ ገጠማት።

ቃየን በእሱ እና በወንድሙ አቤል መካከል ነገሮች እንዲገቡ መፍቀዱ ብቻ ሳይሆን ነገር ግን በግልጽ በመዋሸት ለእግዚአብሔር ያለውን የበዛ ክብር አለመስጠት አሳይቷል። ይህ ክብር አለመስጠት በአዲስ ኪዳን ለሐናንያ ሞት ምክንያት ሆኗል። በቃየን ሕይወት ውስጥም ቅጣት ሳያመጣ አላለፈም።

በቃየን አመጽ እና ለመታዘዝ እንዲሁም ራሱን ዝቅ ለማድረግ አሻፈረኝ በማለቱ ምክንያት እግዚአብሔር ምድሪቱ ለእርሱ “ኃይሏን እንዳትሰጥ” ረገማት (ዘፍጥረት 4:12) ። ለቃየን በምድርም ላይ ኰብላይና ተቅበዝባዥ እንደሚሆን ነገረው። ለዚህ ቅጣት የቃየን ምላሽ አስገራሚ ነበር። እስቲ በዘፍጥረት 4:13-14 የሰፈረውን ቃል እንመልከት፡

ቃየንም እግዚአብሔርን አለው፡- “ኃጢአቴ ልሸከማት የማልችላት ታላቅ ናት።

እነሆ ዛሬ ከምድር ፊት አሳደድኸኝ፤ ከፊትህም እሰወራለሁ፤ በምድርም ላይ ኰብላይና ተቅበዝባዥ እሆናለሁ፤ የሚያገኘኝም ሁሉ ይገድለኛል።”

እነዚህ ክፍሎች ስለ ቃየን አንድ ነገር ይገልጣሉ። እዚህ ጋር የተናገረውን አስተውሉ፡

1. ኃጢአቴ ልሸከማት የማልችላት ታላቅ ናት
2. እነሆ ዛሬ ከምድር ፊት አሳደድኸኝ፤
3. ከፊትህም(በረከትህ) እሰወራለሁ፤
4. በምድርም ላይ ኰብላይና ተቅበዝባዥ እሆናለሁ፤
5. የሚያገኘኝም ሁሉ ይገድለኛል

"እኔ" የሚሉትን የቃላቶቹን ድግግሞች አስተውሉ። እዚህ ጋር የእርሱ ሃሳብ ስለሚገጥመው ተግዳሮቶች እና ሊገጥማቸው ስለሚገቡ ጠላቶች ነው። ራሱን በእግዚአብሔር ፊት የማዋረድ ምንም ምልክት አላሳየም። በዚህ ፍርድ ወደ ንስሃ አላመራም። ይልቅ፤የእርሱ ብቸኛ ምላሽ እግዚአብሔር ምድሪቱን ከረገማት በኋላ ህይወቱ ምን ያህል አስቸጋሪ እንደሚሆንበት ማማረር ይመስላል።

በዚህ አውድ ውስጥ የምንመለከተው ቀጣይ ሃረግ—“ቃየንም ከእግዚአብሔር ፊት ወጣ” የሚለው ነው።ይህ ራሱ የወሰነው ውሳኔ ነበር። ታሪኩ ወደ ነነዌ ሊሄድ ካልፈለገው እና ወደ ተቃራኒ አቅጣጫ ለመሄድ ወስኖ ጀልባ ውስጥ ከተሳፈረው ከዮናስ ታሪክ ጋር የማይመሳሰል አይደለም። የእግዚአብሔር ፍርድ ቃየንን ወደ መገዛት እና መሸነፍ አላመራውም። የእርሱ ጥልቅ የሆነው ጸጸት ከእግዚአብሔር ጋር ያለውን ግንኙነት ማቋረጡ ወይም ወንድሙን መግደሉ ሳይሆን ነገር ግን ሕይወቱ አስቸጋሪ ስለ መሆኑ ነው።

በዚያን ቀን ቃየን “ወጥቶ ሄደ”። ይህ መኰብለል ሻንጣዎቹን ሸክፎ ወደ ሌላ ስፍራ የመሄድ ጉዳይ አይደለም። ወጥቶ መሄድ ለቃየን ከዚህ በላይ የጠለቀ ጉዳይ ነው። እርሱ ትቶ የሄደው ቤተሰቡን ብቻ ሳይሆን ከእግዚአብሔር ጋር ያለውን ህብረት ጭምር ነው። እርሱ መኰብለልን መረጠ ነበር። እምነቱን ሊተው እና ነገሮችን በራሱ መንገድ ለማድረግ ወሰነ። የእግዚአብሔር “ርስት” አሁን ጌታው ላይ እያመጸ እና የራሱን ህይወት በራሱ መንገድ ለመኖር እያመለጠ ነው። ጀርባውን ለእግዚአብሔር በረከት እና ከእግዚአብሔር ጋር ላለው ህብረት ሰጥቶ የራሱ መዳረሻ መሪ ሆነ።

ይህ ሲሄድ ላየው እግዚአብሔር ትልቅ የሆነ ሃዘን ፈጥሯል። እግዚአብሔር በዚያን ቀን ቃየንን ሊያስቆመው አልቻለም። ቃየን ውሳኔው ወስኗልና። የእግዚአብሔርን ቅጣት ተቀብሎ ላይመለስ ሄደ። “ቃየንም ከእግዚአብሔር ፊት ወጣ” የሚለው ሃረግ ዛሬ ለእኛም ማስጠንቀቂያ ሊሆነን ይገባል። ልታስወግዳቸው እግዚአብሔር ያስጠነቀቀህ ኃጢአቶች ይኖሩብህ ይሆናል። በማያቋርጥ አመጽ እና የእግዚአብሔርን ማስጠንቀቂያዎች ለመስማት እምቢ በማለት እንደ ቃየን ተመሳሳይ ውሳኔ ወስነናልን?

ቃየንም ከእግዚአብሔር ፊት ወጣ። ውድ ሃብት የሆነው “ርስት” የራሱን መንገድ መርጦ ሄዷል። እሱ የራሱን መንገድ ለመከተል ከእግዚአብሔር ዘንድ ያለውን በረከት እና

ሕብረት ትቶ ሄደ። እሱ ከእግዚአብሔር ጋር ካለው ህብረት በላይ ኩራቱን መረጠ። ለእግዚአብሔር ከመገዛት በላይ አመጽን መረጠ። ማስጠንቀቂያዎቹን እንታዘዝ ዘንድ ጌታ የሚታዘዝ ልብ ይስጠን። በቃየን ስህተት እንዳንወድቅ ኃጢአቶቻችንን እንናዘዝ ዘንድ እንድንችል ትሁት ልብ ጌታ ይስጠን።

ለምልከታ፡

- የቃየን ኃጢአቶች ምን ነበሩ?
- እግዚአብሔር ቃየንን ስለ ኃጢአቱ እና ውጤቶቹ እንዴት አስጠነቀቀው? ለእነዚያ ማስጠንቀቂያዎች የቃየን ምላሽ ምን ነበር?
- ቃየን ከእግዚአብሔር ለመራቅ የወሰደው ውሳኔ የእርሱ ምርጫ እንደነበር ምን ማረጋገጫው አለን?
- ነጻ የሆነ ፈቃድ አለን? እንደ ቃየን በእግዚአብሔር ላይ ለማመጽ እንመርጣለን? ውጤቶቹ ምንድ ናቸው?
- ዛሬ በሕይወትህ እግዚአብሔር ትርቃቸው ዘንድ ያስጠነቀቀህ ኃጢአቶች አሉ? ምንድን ናቸው? ምን ማድረግ ይኖርብሃል?

ለጸሎት፡

- በጌታ ፊት ኃጢአትህን ለመናዘዝ ጊዜ ውሰድ። ይቅር እንዲልህ እና ከእርሱ ጋር በአንድነት እንድትሄድ የሚያስችልህን ትሁት ልብ እንዲሰጥህ ጸልይ።
- ከእርሱ ጋር ጥልቅ የሆነ ህብረት እንዳይኖርህ የከለከለህን ማንኛውንም ነገር እንዲገልጥልህ ጌታን ጠይቅ።
- አንደ ቃየን ከእግዚአብሔር ለመራቅ መርጠህ ከሆነ ይቅር እንዲልህ እና ከራሱ ጋር ወዳለ ህብረት እንዲመልስህ ጸልይ።
- በህይወትህ ከእርሱ ሕብረት እና የበረከት ሙላት እንዳትርቅ እግዚአብሔር እንዲጠብቅህ ጸልይ።

4

የእግዚአብሔር ህልውና

> ቃየንም ከእግዚአብሔር ፊት ወጣ፤ ከዔድንም ወደ ምሥራቅ በኖድ ምድር ተቀመጠ… (ዘፍጥረት 4:16)።

ይህንን የዘፍጥረት 4:16 ጥናት ስንቀጥል ቃየን ከእግዚአብሔር ህልውና ወጥቶ እንደሄደ ይህ ክፍል እንደሚነገርን አስተውሉ። ይህን ሐረግ ለመመልከት ትንሽ ጊዜ እንውሰድ።

ንጉስ ዳዊት በመዝሙር 139:7-12 ላይ ይህን ሃሳብ አንጸባርቋል፡

7 ከመንፈስህ ወዴት እሄዳለሁ? ከፊትህስ ወዴት እሸሻለሁ?

8 ወደ ሰማይ ብወጣ፥ አንተ በዚያ ነህ፤ ወደ ሲኦልም ብወርድ፥ በዚያ አለህ።

9 እንደ ንስር የንጋትን ክንፍ ብወስድ፥ እስከ ባሕር መጨረሻም ብበርር፥

10 በዚያ እጅህ ትመራኛለች፥ ቀኝህም ትይዘኛለች።

11 በውኑ ጨለማ ትሸፍነኛለች ብል፥ ሌሊት በዙሪያዬ ብርሃን ትሆናለች፤

12 ጨለማ በአንተ ዘንድ አይጨልምምና፥ ሌሊትም እንደ ቀን ታበራለችና፤ እንደ ጨለማዋ እንዲሁ ብርሃንዋ ነው።

በመዝሙር 139:7 ዘማሪው "ህልውና" የሚለውን ቃል እንዴት እንደተጠቀመ አስተውሉ። ይህ በዘፍጥት 4:16 ላይ የተጠቀሰው ተመሳሳዩ የእብራይስጥ ቃል ነው። እንግዲህ ዘማሪው ከእግዚአብሔር ህልውና እንዴት መሸሽ እንዳልቻለ ይናገራል። በሄደበት ስፍራ ሁሉ፤እግዚአብሔር ይመለከተው ነበር። መዝሙር 139:7-12 በሚያስተምረው እይታ ውስጥ ዘፍጥረት 4:16 እንዴት እንረዳለን ? ከእግዚአብሔር ሕለውና ወጥቶ መሄድ ለቃየን ምን ማለት ነው?

ይህ ከእግዚአብሔር ህልውና ወጥቶው መሄድ ስለሚፈልጉ ሰዎች የሚናገር የብሉይ ኪዳን ክፍል ብቻ አይደለም። በዘፍጥረት 3፡8 አዳም እና ሄዋን እንዴት ከእግዚአብሔር ሕልውና ፊት እንደተሸሸጉ ተመዝግቦ ተቀምጧል።

> እነርሱም ቀኑ በመሸ ጊዜ የእግዚአብሔርን የአምላክን ድምፅ ከገነት ውስጥ ሲመላለስ ሰሙ፤አዳምና ሚስቱም ከእግዚአብሔር ከአምላክ ፊት በገነት ዛፎች መካከል ተሸሸጉ።

በዘፍጥረት 3 አዳምና ሄዋን ራሳቸውን በገነት ዛፎች መካከል ሸሽገው ሳለ ጌታ እግዚአብሔር ሲያናግራቸው እንዴት አስደሳች ነው፡

> እግዚአብሔር አምላክም አዳምን ጠርቶ፡- ወዴት ነህ? አለው።
>
> እርሱም አለ፡- በገነት ድምፅህን ሰማሁ፤ ዕራቁቴንም ስለ ሆንሁ ፈራሁ፥ ተሸሸግሁም። (ዘፍጥረት 3:9-10)

በግልጽ፤እግዚአብሔር ሊያገኘው በማይችለው የትኛውም ስፍራ ራሳቸውን ሊሸሽጉ አልቻሉም ነበር። የዘፍጥረት 3 አውደ ጽሑፍ ስንመለከት አዳም እና ሄዋን ራቁት በመሆናቸው አፍረው ራሳቸውን እንደሸሸጉ እንረዳለን። የአዳም እና ሄዋን ሁኔታ የሰው ልጅ ሃፍረት ሲሰማው የሚሰጠው ተፈጥሯዊ ምላሽ ነው። ከፍርዓት እና በደለኝነት ስሜት የተነሳ ራሳቸውን ከእግዚአብሔር ለማራቅ ፈልገው ነበር።

ነብዩ ዮናስ ከእግዚአብሔር ፊት ለመሸሽ ሲሞክር ነበር። ዮናስ 1፡3 እንመልከት፡

ዮናስ ግን ከእግዚአብሔር ፊት ወደ ተርሴስ ይኰበልል ዘንድ ተነሣ፤ ወደ ኢዮጴም ወረደ፥ ወደ ተርሴስም የምታልፍ መርከብ አገኘ፤ ከእግዚአብሔርም ፊት ኰብልሎ ከእነርሱ ጋር ወደ ተርሴስ ይሄድ ዘንድ ዋጋ ሰጥቶ ወደ እርስዋ ገባ።

ዮናስ ከእግዚአብሔር ህልውና ለማምለጥ ሞክሮ ነበር። ወደ ኢዮጴም ወረደ፥ ወደ ተርሴስም የምታልፍ መርከብ አገኘ። ይህን ሊያደርግ የሞከረበት ምክንያት እግዚአብሔር ወደ ነነዌ እንዲሄድ ስለጠራው እና ዮናስ መሄድ ስላልፈለገ ነው። እንደገና ዮናስ ከእግዚአብሔር ፊት ሲሸሽ ምን እንደሆነ አስተውሉ።

> እግዚአብሔርም በባሕሩ ላይ ታላቅ ነፋስን አመጣ፥ በባሕርም ላይ ታላቅ ማዕበል ሆነ፥ መርከቢቱም ልትሰበር ቀረበች። (ዮናስ 1:5)

የዮናስ ታሪክ ነብዩ ከእግዚአብሔር ኮብልሎ ስለ መጥፋት እንዲሁም እግዚአብሔር ደግሞ እሱን ስለመከተል የሚናገር ነው። ዮናስ ከእግዚአብሔር ፊት መራቅ አልቻለም።

የዮናስ የመሸሽ ሙከራ ለእግዚአብሔር ፈቃድ ላለመገዛት የሚደረግ የሰው ምላሽ ነበር። ራሱን ከእግዚአብሔር እና ከድምጹ የማራቅ ሙከራ ነበር።

ምናልባት አንተም ተመሳሳይ በሆነ ሁኔታ ውስጥ አልፈህ ይሆናል። ምናልባት በህይወትህ ውስጥ ስላለው ኃጢአት እግዚአብሔር በኃይል በሚናገርህ ስፍራ ላይ ሆነህ ይሆናል። በዚያ ስብሰባ ውስጥ ተቀምጠህ ሳለ፤የእግዚአብሔር ህልውና ስለ ኃጢአትህ የመውቀስ ስሜት በውስጥህ ይጨምራል። ውሳኔ የማድረግ አስፈላጊነት ገጥሞህም ይሆናል--ያም እግዚአብሔር ለሚናገርህ መሸነፍ ወይም መሸሽ ይሆናል። እግዚአብሔር አንተን የማያገኝበትን ስፍራ ልታገኝ ስለማትችል፤ራስህን ከሚወቅስ ድምጽ ማራቅ እንደሚያስፈልግህ የሰማሃል።

ከእግዚአብሔር ፊት ለመሸሽ የምንሞክርበት በረካታ መንገዶች አሉ። አዳምና ሄዋን በዛፎች መካከል ራሳቸውን ደብቀው ነበር። ዛሬ በሌሎች ነገሮች ጀርባ እንደበቃለን። በስራቸው ወይም ማህበራዊ ህይወት ውጣ ውረድ የተጠመዱ ሰዎችን አግኝቼ አውቃለሁ። ሌሎች ደግሞ በዚህ ዓለም ደስታ ወይም በእውቀት ክርክሮች ውስጥ ይደበቃሉ። ሌሎች ደግሞ ለሁሉም አይነት ሱሶች እና ምኞቶች ተሸንፈው ተገኝተዋል። ከእነዚህ ጥረቶች ጀራባ ያለው ከእግዚአብሔር እና ከመንፈስ ቅዱስ ወቀሳ ራሳቸውን የማራቅ ሙከራ ነው።

ከእግዚአብሔር ህልውና ፊት መራቅ እግዚአብሔር እኔን ማግኘት ወደማይችልበት የመሄድ ያህል በአዕምሮዬ፤በልቤ እና በአመለካከቴ ውስጥ ያለውን የእግዚአብሔርን ሃሳብ እና ዓላማ የማገድ ያህል አይደለም። ይህ በብዙ ልዩ ልዩ መንገዶች ይፈጸማል። ለቃየን ወላጆቹን እና ያስተማሩትን እምነት ትቶ መሄድ ነው።

ራሳቸውን ለመስጠት ዝግጁ ካልሆኑ ማንም ሰው እንዴት ጥፋተኛ በሆነበት በእግዚአብሔር ፊት ሊኖር ይችላል? እግዚአብሔር ንስሃ የገባውን ቃየንን ይቅር እንዳለው እና ወደ ሕብረት እንደመለሰው አምናለሁ ነገር ግን ቃየን ለዚህ ዝግጁ አልነበረም። ሌላ መንገድ መረጠ—የመረጠው መንገድ የእግዚአብሔርን ህልውና ከልቡ እና ከአዕምሮ የሚያግድ መንገድ ነበር።

ከእግዚአብሔር ፊት የራቁ በርካታ መንገዶች አሉ። ከእነዚህ አንዳንድ መንገዶች በተፈጥሯቸው ሐይማኖታዊ ናቸው። ምናልባት ኃጢአታቸውን ለማጽደቅ ከተሳሳተ አስተምሮ ጀርባ የተደበቁ ሰዎችን አግኝታችሁ ይሆናል። ምናልባት ራሳቸውን በቤተክርስቲያን አግልግሎት ውስጥ ደብቀው፤ለእግዚአብሔር በመስራት ከተጠመዱ እግዚአብሔር እነርሱን እንደማይጠይቅ የሚያስቡ ሰዎችን አግኝታችሁ ይሆናል። አንዳንድ ሰዎች የክርስቲያን አማኞች ህብረትን ይሸሻሉ ምክንያቱም ባለማቋረጥ ኃጢአታቸውን እንዲያስታውሳቸው አይፈልጉምና።

ቃየንም ከእግዚአብሔር ህልውና ፊት ወጣ። ይህም እግዚአብሔር የማያገኘው ስፍራ መሄድ ይችላል ማለት አይደለም። ከዚህ በላይ በጣም ጥልቅ ነበር። ቃየን

የእግዚአብሔርን ህልውና ከህይወቱ ማገድን መርጧል። እሱ ሕይወቱን በሌሎች ነገሮች መሙላትን መርጧል። እግዚአብሔር ከእንግዲህ የሕይወቱ ደስታ እና ትኩረት እንዳይሆን ወስኖ ነበር። የራሱን ሕይወት ለመኖር ወሰነ። የራሱን ውሳኔዎች ወስኗል፤የሚፈልገውንም ያደርጋል። እግዚአብሔር ከእንግዲህ የአጀንዳው አካል አይሆንም።

በእግዚአብሔር ህልውና ውስጥ መኖር ቀላል ነገር አይደለም። በእሱ ህልውና ውስጥ የሚኖሩ ለእርሱ እንደጌታ መስገድ አለባቸው። ይህ ማለት በህይወታቸው ለእሱ ዓላማ እና እቅድ መገዛት አለባቸው። እሱ ጌታቸው እና ንጉሳቸው እነርሱም አገልጋዮች እንደሆኑ ማወቅ አለባቸው። በጌታ ህልውና ፊት መኖር ማለት እሱን የሚያሳዝነውን ኃጢአት ማስወገድ እንዳለብን መረዳት ነው። ይህ ማለት መታዘዝ በማይመች እና በአስቸጋሪ ሁኔታዎች ውስጥ ቢያስቀምጠንም፤ለራሳችን እና ለሃሳቦቻችን ለመሞት ፈቃደኞች መሆን አለብን። በእግዚአብሔር ህልውና ውስጥ ለሚመላለሱ፤የጌታ የደስታ ሙላት እንደሚሰጣቸው ቃል ገብቷል (መዝሙር 16:11 ይመልከቱ)። በሞት ጥላ መካከል እንኳን ብንሄድ እሱ ከእኛ ጋር እንደሚሆን የተስፋ ቃልን ሰጥቷል (መዝሙር 23:4 ይመልከቱ)።

ቃየን የራሱን ውሳኔ ወሰነ። ከእግዚአብሔር ፊት ለመራቅ ወሰነ። የልቡን በር ለፈጣሪው እግዚአብሔር ዓላማ መዝጋትን መረጠ። የእግዚአብሔር ውድ “ርስት” ጀርባውን ሰጠው፤ከሕይወቱም አስወጥቶ ዘጋው። ምናልባት ይህ ዛሬ የአንተ ጉዳይ ይሆን ይሆናል።

ለምልከታ፡

- እግዚአብሔር ሊያየን ወይም ሊደርስብን ወደማይችል ስፍራ ልንሄድ እንችላለን?
- ሃፍረት ሲሰማን ወይም ልንተወው በማንፈልገው ኃጢአት ስንወድቅ የእኛ ሰውአዊ ምላሽ ምንድ ነው?
- በኃጢአት ከመወቀስ እና ቅዱስ ከሆነው የእግዚአብሔር ህልውና ራሳችንን ለማራቅ ምን አይነት ነገሮችን እናደርጋለን?
- ከእግዚአብሔር ህልውና ለመሸሽ ፈልገህ ታውቃለህን?
- በእግዚአብሔር ህልውና ውስጥ መኖር ማለት ምን ማለት ነው? ይህ ከእኛ ምን ይፈልጋል? በህልውናው ውስጥ የመሆን በረከቶች ምንድ ናቸው?

ለጸሎት፡

- እሱ ሊያይህ ወይም ሊደርስብህ የማይችልበት ምንም ስፍራ ስለሌለ እግዚአብሔርን አመስግን።
- እግዚአብሔር ለህልውናው ልብንህን እንዲያለሰልሰው ጌታን ጠይቅ። የሚታዘዝ እና የሚገዛ ትሁት ልብ እንዲሰጥ ጠይቀው።
- በየትኛውም የህይወትህ ክፍል ስለ ኃጢአት የሚወቅስ የእርሱን ህልውናን የሚቃወም ካለ ጌታ እንዲያሳይህ ጸልይ። ዛሬ ይህን ለእሱ አስገዛ።
- ጌታ በይበልጥ ህልውናውን እንዲገልጥልህ እና በህልውናው ውስጥ በትህትና ትጓዝ ዘንድ ፈቃደኛ እንድትሆን እንዲረዳህ ጸልይ።

5

በኖድ ምድር መቀመጥ

> ቃየንም ከእግዚአብሔር ፊት ወጣ፤ ከዔድንም ወደ ምሥራቅ በኖድ ምድር ተቀመጠ…(ዘፍጥረት 4:16)

ዘፍጥረት 4:16 ከእግዚአብሔር ህልውና ፊት ወጥቶ በመሄድ ቃየን "በኖድ ምድር መቀመጡን" ይነግረናል። "በኖድ ምድር ተቀመጠ"የሚለው ሃረግ እዚህ ጋር የተኩረታችን አቅጣጫ ነው። በዚህ ሃረግ ውስጥ ልንመለከተው የሚገባን አስፈላጊ ዝርዝሮች አሉ።

ለተወሰነ ጊዜ ከእውነት እና ከእግዚአብሔር ህብረት የኮበለሉ የወንዶች እና ሴቶች ምስክርነቶች በርካታ ናቸው። በኋላም በአመጻቸው ደስተኞች እንዳልነበሩ ተገንዝበው እና በኃጢአታቸው ንስሃ ገብተው ወደ ህብረት በጊዜው ተመልሰዋል። ይህም በሉቃስ መጽሐፍ ተመዝግቦ የተቀመጠልን የጠፋው ልጅ ምሳሌ ነው። የአባቱን ፊት እና ህብረት ትቶ ዓለምን እና በውስጧ ያሉትን መስህቦች ለመለማመድ ወጥቶ ሄደ። ያለውን ሁሉ በጨረሰ ጊዜ፤ወደ አባቱ ቢመለስ የተሻለ እንደሆነ ተረዳ። ከአባቱ ጋር ለመሆን እና ከእርሱ ጋር ህብረት ለማድረግ በትህትና ተመልሶ እና በቀናዒነት ታድሶ ተመለሰ።

በዘፍጥረት 13 የአብርሃምና ሎጥን ታሪክ እናነባለን። ሁለቱንም ቤተሰቦች መደገፍ በማትችል ምድር ላይ የእግዚአብሔር በረከት በህይወታቸው ታላቅ ነበር። ሎጥ ከአብርሃም ለመለየት እና ወደ ሰዶም እና ገሞራ ለመሄድ ወሰነ። ዘፍጥረት 13፡13 ሎጥ ስለመረጠው ምድር ይነግረናል፡

የሰዶም ሰዎች ግን ክፉዎችና በእግዚአብሔር ፊት እጅግ ኃጢአተኞች ነበሩ።

ሎጥ አብርሃምን ጥሎ ለመሄድ መምረጥ፤ከእግዚአብሔር መንገድ ለመሸሽ እየመረጠ እንደሆነ የሚያሳይ ነበር። ቤተሰቡን በክፋት እና በኃጢአት ወደምትታወቅ ምድር ሊወስዳቸው ወሰነ። እንደ ቃየን፤የእግዚአብሔርን ፊት ትቶ ለመሄድ ወሰነ። ይህ ውሳኔ

ለሎጥ በጣም አደገኛ ነበር። በከተማይቱ መስዕቦች ያጣው ሚስቱን ብቻ ሳይሆን፤በመጨረሻም ሊያሳካው ሲለፋበት የነበረው ሁሉ ሲጠፋ ተመልክቷል። 2ኛ ጴጥሮስ 2:7-8 በነዚያ ከተሞች ውስጥ ሲኖር ነፍሱ ትሰቃይ እንደነበር እና ክፉ ዙሪያውን እንደከበበው ይመለከት ነበር።

ጻድቅ ሎጥም በመካከላቸው ሲኖር እያየና እየሰማ ዕለት ዕለት በዓመፀኛ ሥራቸው ጻድቅ ነፍሱን አስጨንቆ ነበርና በዓመፀኞች ሴሰኛ ኑሮ የተገፋውን ያን ጻድቅ ካዳነ፥

ሎጥ ከእግዚአብሔር ፊት በመራቁ ደስተኛ ሊሆን አልቻለም።የራስ ወዳድ ምርጫው ለእሱ እና ለቤተሰቡ ጥፋት እና ለ“ጻድቅ ነፍሱ” ጭንቀት ነበር።

ዘፍጥረት 4፡16 ስለ ቃየን እንደሚነግረን አስተውሉ። ከእግዚአብሔር ህልውና ፊት በመሄድ፤በኖድ ምድር “ተቀመጠ”። “ተቀመጠ” የሚለውን ቃል የእብራይስጡ ትርጉም “ቀረ”፤“ኖረ” ወይም “ጸና” ብሎ ይተረጉመዋል። ተቀመጠ የሚለው ሥርን መስደድ የሚል ስሜት አለው። በቃሉ ውስጥ ማጠቃለያ አለው። አሁን ይህ የቃየን መኖሪያ ሆኗል። ይህ እሱ የሚኖርበት እና ልጆቹን የሚያሳድግበት ነው።

የቃየን ከእግዚአብሔር ፊት ወጥቶ መሄድ እና በኖድ ምድር የመቀመጥ ውሳኔ ተጽዕኖ የሚያሳድረው በእሱ ላይ ብቻ ሳይሆን ነገር ግን በሚመጣው ትውልዶች ላይ ጭምር ነው። ቀጣዩ ትውልድ ከእግዚአብሔር በረከት ተለይቶ ጂኦቫ እግዚአብሔርን ሳያውቅ ሊያድግ ይችላል። ዘፍጥረት 4 የአዳም እና ሄዋን ታሪክ ከመቀጠሉ በፊት የቃየንን የዘር ሃረግ ለአምስት ትውልዶች እስከ ላሜሕ የተባለው ሰው ድረስ መከተሉን ማስተዋል አስደሳች ነው፡ ዘፍጥረት 4፡23፡24 ያለውን ክፍል እንመልከት፡

23 ላሜሕም ለሚስቶቹ ለዓዳና ለሴላ አላቸው፡- እናንት የላሜሕ ሚስቶች ቃሌን ስሙ፥ ነገሬንም አድምጡ እኔ ጕልማሳውን ለቍስሌ፥ ብላቴናውንም ለመወጋቴ ገድዬዋለሁና፤

24 ቃየንን ሰባት እጥፍ ይበቀሉታል፤ ላሜሕን ግን ሰባ ሰባት እጥፍ።

ይህ የላሜሕ መግለጫ በጣም አስደሳች ነው ምክንያቱም ቅድመ አያቱ ቃያን ከብዙ ዓመታት በፊት ያደረገውን መሰረት አድርጎ የጎልማሳውን ግድያ እንዴት እንዳጸደቀ ያሳየናል።የቃየን ኃጢአት በሚመጡት ትውልዶች ላይ ተጽዕኖ እንዳደረገ ያሳየናል። እነርሱ ከእግዚአብሔር እና ከመንገዶቹ ተለይተው ነበርና።

ቃየን ከእግዚአብሔር ፊት ወጥቶ ለመሄድ ወሰነ። ይህ ውሳኔ መጥፎ እንደነበር፤በኖድ “ለመቀመጥ” የደረሰበት ውሳኔ የበለጠ የከፋ ነበር። የእግዚአብሔርን መገኘት ትቶ ከመሄድ የከፋ ነገር ካለ፤በዚህ ክልል ውስጥ “ለመቀመጥ” እና በጭራሽ ላለመመለስ የሚደረግ ውሳኔ ነው። ቃየን ከእግዚአብሔር ህልውና ተለይቶ ይሞታል፤ከዚያም

እግዚአብሔርን እና በረከቱን የማያውቁ ልጆች ትውልድ ይወልዳል። ምን አይነት አስጨናቂ ውሳኔ ነበር።

ቃየን በኖድ ምድር እንደተቀመጠ አስተውሉ። ኖድ የሚለው ቃል በእብራይስጡ በግርድፉ “መቅበዝበዝ” የሚል ትርጓሜ አለው። ቃየን በመቅበዝበዝ ምድር ተቀመጠ። የሚኖርበት ስፈራ ይህ እንደሆነ ውሳኔ ላይ ደርሷል። እሱ በኮበለለበት ስፍራ ስሩን ሰዷል (ተቀምጧል)። እሱ ከእግዚአብሔር ዓላማ ሸሽቶ ተቀምጧል። እግዚአብሔርን ከማወቅ ወጥቷል። ይህ ቃየን ቤቴ ብሎ የጠራው ስፍራ የማያፈራ ደረቅ ስፍራ ነው። ልጆቹን የሚያሳድግበት ስፍራ ይህ ነው። እውነቱን ያውቀው ነበር፤ነገር ግን ከዚህ ጋር ምንም ግንኙነት የለውም።

እግዚአብሔር ቃየንን አላስቀመውም። በዚህ ጉዳይ ላይ ለምርጫ ነጻነት ሰጥቶታል። ቃየን የተሰጠውን ነጻ ፈቃድ በኖድ ምድር(የመቅበዝበዝ ምድር) ለመቀመጥ መርጧል። እሱም እስኪሞት ድረስ በዚያ ይኖራል፤በህይወቱ እና በቤተሰቡ ወደ እግዚአብሔር በረከት ሙላት መቼም አይመለስም።

መቅበዝበዝ ለማያምኑ ሰዎች ኃጢአት አይደለም። አማኞች እንኳን የዚህ ኃጢአት ተጠቂ ሊሆኑ ይችላሉ። በማንኛውም ሰዓት ባለመታዘዝ ለመመላለስ ወስነን ይሆናል፤ከእግዚአብሔር ህልውና በረከት ሙላት እንሸሻለን። በራዕይ 2 የሎዶቂያ ቤተክርስቲያን የመጀመሪያ ፍቅሯን በመተው ጥፋተኛ ነበረች። ከእግዚአብሔር ተለይታም ነበር። አማኞች ደስታቸውን ሊያጡ ይችላሉ። ከጥሪያችን ተለይተን ልንኖር እንችላለን ከዚያም እግዚአብሔር ለሕይወታችን ያለውን ዓላማ ልንስት እንችላለን። አማኞችም እንኳን በኖድ ምድር ሊኖሩ ይችላሉ።

ኖድ የአመጽ እና የመለየት ስፍራ ነው፤የማመቻመች እና የትዕቢት ስፍራ፤ከእግዚአብሔር በረከት ሙላት የመራቅ ስፍራ ነው። በእግዚአብሔር ህልውና ውስጥ ለመኖር ለእግዚአብሔር እና በሕይወታችን ላለው የእርሱ ዓላማ መገዛትን ይጠይቃል። ሁሉም ሰው ይህን ቁርጠኛ ውሳኔ ለመወሰን ፈቃደኛ አይደለም።

ራሳችንን እንጠይቃለን፡ አንድን ሰው ከእግዚአብሔርን ህለውና ፊት እንዲወጣ የሚያደርገው፤በኖድ ምድር “ለመቀመጥ” ነውን? ነገር ግን በልባችን ያለው ፈተና እና የሥጋን ስበት እናውቃለን። በመጨረሻም ከእግዚአብሔር ሕልውና ፊት እንድንወጣ የሚያባብለን ኩራታችን ነው። የጠፋው ልጅ ወደ አባቱ ይመለሳል። ሎጥም ከሰዶም እና ገሞራ ከተሞች ጭንቀት ነጻ ይወጣል፤ነገር ግን ቃየን በስደት ምደሩ “ለመቀመጥ” ወስኗል። እናንተስ?

ለምልከታ፡

26 ምስራቅ ኤደን

- በሎጥ፤በጠፋው ልጅ እና በቃየን መካከል ያለው ልዩነት ምንድ ነው?
- በዘፍጥረት 4፡16 የሚገኘው “ተቀመጠ” የሚለው ቃል የሚያመለከተው ምንድ ነው? ይህ ስለ ቃየን አመለካከተ እና ውሳኔ የሚያስተምረን ምንድ ነው? የቃየን አይነት ተመሳሳይ አመለካከት ያላቸውን ሰዎች አግኝታችሁ ታውቃላችሁን?
- በቀጣዩ ትውልድ ላይ የቃየን ውሳኔ ምን ተጽዕኖ ነበረው? ውሳኔዎቻችን በልጆቻችን እና በሚመጣው ትውልዶች ላይ እንዴት ተጽዕኖ ሊያሳድር ይችላል?
- “ኖድ” ማለት ምን ማለት ነው። ይህ ስለ ቃየን ውሳኔ ምን ያስተምረናል?
- በስደት ምድር እንድንኖር የሚያደርገን እና ከእግዚአብሔር የሚለየን ምንድ ነው?

ለጸሎት፡

- ዛሬ ከእግዚአብሔር ርቀህ ስትሄድ ራስህን አግኝተኸዋል? ርቆ ከመሄድ እንድትመለስ ጸጋ እንዲሰጥህ እና ከእርሱ ጋር ያለህ ህብረት እንዲታደስ ጌታን ጠይቅ።
- ሸሽተህ በመሄድህ እግዚአብሔር ይቅር እንዲልህ ጠይቅ። በሚመጣው ትውለድ ላይ አዎንታዊ ተጽዕኖ ማሳደር ትችል ዘንድ እንዲረዳህ ጸልይ።
- ለእግዚአብሔር ያልተገዛ የህይወትህ ክፍል ካለ ለማየት ትችል ዘንድ እግዚአብሔር ልብህን እንዲከፍት ጸልይ።
- ወደ ሕልውናው ለመግባት እና የእግዚአብሔርን በረከት ሙላት እንድትለማመድ በሮች ስለተከፈቱ እግዚአብሔርን አመስግን።

6

ምስራቅ ኤደን

ቃየንም ከእግዚአብሔር ፊት ወጣ፤ ከዔድንም ወደ ምሥራቅ በኖድ ምድር ተቀመጠ። (ዘፍጥረት 4:16)

በዚህ ጥናት ውስጥ ቃየን ከእግዚአብሔር ፊት ወጥቶ ለመሄድ እና በኖድ ምድር እንዴት ለመቀመጥ እንደመረጠ ተመለከተናል። በዚህ ክፍል ውስጥ ማየት የሚገባን ተጨማሪ ዝርዝር አለ። ኖድ "ምስራቅ ኤደን" እንደሆነ አስተውሉ።

ኤደን እግዚአብሔር አዳም እና ሄዋንን ያስቀመጠበት ስፍራ ነው። በዚያም ከእግዚአብሔር ጋር በህብረት እና ፍቅር እንዲሁም እርሱ ለህይወታቸው ካለው ዓላማ ጋር ይኖሩ ነበር። በኤደን ገነት ውስጥ፤ቃየን እና ወላጆቹ በኃጢአት ምክንያት የነበራቸው ህብረት እስኪበላሽ ድረስ የእግዚአብሔርን የዓላማ ሙላት ይለማመዱ ነበር።

"ኤደን" የሚለው ቃል በእብራይስጥ "ደስታ" የሚል ትርጓሜ አለው። እግዚአብሔር አዳምን፤ሄዋንን እና ልጆቻቸውን በደስታ እና ፍሰሃ ገነት ውስጥ አስቀመጣቸው። ስለዚህ ጉዳይ በጣም አስገራሚ የሆነ ነገር አለ። እግዚአብሔር "በኤደን" ገነት ወስጥ አዳም እና ሔዋንን በማስቀመጥ ለሕይወታቸው ያለውን ዓላማ ያሳያቸው ነበር። እግዚአብሔር ሊባርካቸው እና በደስታ እና እርካታ ሊሞላቸው ይፈልግ ነበር። በመልካም ነገሮች ሁሉ ሞላቸው፤በዚያም ከእነርሱ ጋር የጠለቀ እና የወዳጅነት ሕብረት ለማድረግ መረጠ። ለእነርሱ ከዚያ የበለጠ እርካታ እና ደስታ ሊኖር አይችልም ነበርና።

ለምን አግዚአብሔር አዳም እና ሔዋንን በኤደን ገነት(ደስታ) ውስጥ ለማኖር ፈለገ? ቅዱስ እግዚአብሔር ፍጥረቶቹን በዚህ ደስታ ለማርካት ምን አነሳሳው? ለምን እነሱን ለመውደድ እና ለማስደሰት መረጠ?

እግዚአብሔር ለእኛ ግዴታ የለበትም። እሱ የእኛ ዓምልኮ እና መታዘዝ የሚገባው ታላቅ እና ቅዱስ እግዚአብሔር ነው። እርሱ ሉዓላዊ ጌታ እና ንጉስ ነው። እንግዲህ ይህ ነው ኤደንን አስደናቂ ስፍራ ያደረገው። ኤደን ለማይገባቸው ሰዎች የተሰጠ የእግዚአብሔር ስጦታ ነው። ቅዱስ እግዚአብሔር ለፍጥረቶቹ የሰጠው ውድ ስጦታ ነው። እርሱ እንደ ህዝቡ ለእኛ ያለው ወደር የሌለው ፍቅር እና መስጠት ነው።

የማይገባው ቢሆንም እንኳን፤ኤደን ለህዝቡ የተሰጠ የእግዚአብሔር መሻት ነው። እሱ የልባችሁን ጥልቅ መሻት ማርካት ይፈልጋል። እርሱ ምንግዜም ልታውቁት ከምትችሉት ያለፈ ታላቅ ደስታ እና ፍስሃ ሊሆናችሁ ይናፍቃል። የእሱ መሻት ከመጀመሪያው ሰዓት ጀምሮ በደስታ እና ፍስሃ ገነት ውስጥ እንድንኖር እና እርሱ ለእኛ ያለውን ሙላት እንድንለማመድ ነው። እርሱ ሊሞላን ይናፍቃል፤በእውነት የሚሰጠንን ታላቅ የሆነ ደስታ እና ሃሴት ያውቃል።

እግዚአብሔር እንደሰትባቸው ዘንድ በዚህ ዓለም ውስጥ በጣም አስደናቂ የሆኑ ነገሮችን ሰጥቷል። እንግዲህ ደስታን በዚህ ዓለም ነገሮች ላይ ብቻ መወሰን፤እግዚአብሔር ሊያመጣ የሚፈልገውን ሙላት እና እርካታ በተሳሳተ መንገድ መረዳት ነው። እሱ ይህ ዓለም ሊሰጠን ከሚችለው ማንኛውም ዓይነት ደስታ በላይ ሊሞላን ይችላል። ታላቁ ደስታችን ይህ ዓለም የሚሰጠን ሳይሆን ፈጣሪ የሚሰጠን ነው። የነፍሳችንን ጥማት ሊያረካ የሚችው እሱ ብቻ ነውና።

ቃየን በምስራቅ ኤደን ተቀመጠ። እርሱ ከእግዚአብሔር ደስታ እና ሙላት ውጪ ለመኖር መረጠ። እግዚአብሔር ካሳበለት እጅግ ባነሰ ነገር ውስጥ ተቀመጠ። እናንተ? እግዚአብሔር ካዘጋጀላችሁ የተሻለ ነገር እጅግ ባነሰ ደስተኛ ሆናችኋልን? ከሄደን ገነት በጣም ርቃችሁ እየኖራችሁ ነውን?

እግዚአብሔር ሊሰጠን የሚፈልገው ሙላት አይገባንም። እኔ ኃጢአተኛ እንደሆንኩ እና የእግዚአብሔርን ደረጃ ልክ ላይ እንደማልደርስ እረዳለሁ። እግዚአብሔርን ደስ የማያሰኙ ነገሮችን በመናገር እና በማድረግ ከእርሱ ጋር ያለኝ ጉዞ ይሰናከላል። የእርሱ ይቅርታ እና ጸጋ ባይኖር ኖሮ ተስፋ አይኖረኝም ነበር። አዎ፤የእግዚአብሔር ሙላት የሚገባኝ አይደለሁም። እንግዲህ የጉዳዩ እውነታ እግዚአብሔር የፈጠረኝ በእርሱ ደስተኛ እሆን ዘንድ እና በእርሱ ሙሉ የሆነ ደስታ እና እርካታ እንዳገኝ ነው። እንደ እኔ ማንነት የማይገባኝ ብሆንም፤አሁንም የእግዚአብሔር ልብ እኔን ለመቀበል የተዘጋጀ ነው። ወደዚህ ሙላት ለመግባት እምቢ የሚል ኃጢአት በአመጻዬ ላይ ለመጨመር አልደፈርም።

የኤደንን የበረከት ሙላት ለመቀበል እምቢ ማለት እሱ ካሰበው በጣም ባነሰ ደረጃ ደስተኛ መሆን ነው። በእርሱ በረከት እና ብቃት ሙላት ውስጥ ለመኖር የማልማር ከሆነ እንደ እርሱ አገልጋይ ወደ አቅሜ መቼም አለመድረስ የእርሱን ዓላማ የሚቃወም ኃጢአት ነው።

ቃየንን ከእግዚአብሔር ህልውና ያወጣው ኃጢአት ነበር። እንግዲህ በኢየሱስ ክርስቶስ በኩል፤እግዚአብሔር ከእርሱ ጋር ያለውን ሕብረት እና ደስታ እንደገና ለዘለዓለም እንለማመድ ዘንድ የሐጢአትን እንቅፋት አስወግዶታል።

ኃጢአት በህይወታችን ውስጥ እግዚአብሔር ያሰበልንን የደስታ ሙላት ላይ እንዳንደርስ የሚያደርግ እንቅፋት ነው። እግዚአብሔር አሁንም የኤደንን ደስታ እንድንለማመድ እድሉን እያቀረበልን ነው። ጌታ ኢየሱስ በጊዜው ለነበሩ ሰዎች ሲናገር እንዲህ አለ፡

ከበዓሉም በታላቁ በኋለኛው ቀን ኢየሱስ ቆሞ፡- ማንም የተጠማ ቢኖር ወደ እኔ ይምጣና ይጠጣ።

> በእኔ የሚያምን መጽሐፍ እንዳለ፥ የሕይወት ውኃ ወንዝ ከሆዱ ይፈልቃል ብሎ ጮኸ። (ዮሐንስ 7:37-38)

ኢየሱስ በዮሐንስ 10፡10 እንዲህ በማለት ይቀጥላል፡

ሌባው ሊሰርቅና ሊያርድ ሊያጠፋም እንጂ ስለ ሌላ አይመጣም፤ እኔ ሕይወት እንዲሆንላቸው እንዲበዛላቸውም መጣሁ።

ኢየሱስ በዚህ ክፍል ውስጥ የተናገረውን አስተውሉ። ወደ እርሱ መጥተን ስናምን፤ከልባችን የህይወት ውሃ ወንዝን ይፈልቃል። እነዚህ በጥልቀት ለተጠማችው ነፍሳችን እርካታ እና ደስታን የሚሰጥ ውሃ ነው። እርሱ ወደ ምድር የመጣው የተትረፈረፈ ሕይወት ሊሰጠን እንደሆነ ያስታውሰናል። ይህን የሕይወት ውኃ ወንዝ በሕይወታችን እየተለማመድን ነውን? ኢየሱስ ሊሰጠን በመጣው የተትረፈረፈ ሕይወት እየተደሰትን ነውን?

ጳውሎስ ፊልጵስዩስ 1:21 ላይ ሲናገር ከጌታ ጋር ባለው ህብረት ደስተኛ እንደሆነ ማየት በጣም ቀላል ነው፤ “ለእኔ ሕይወት ክርስቶስ፥ሞትም ጥቅም ነውና።” ትልቁ የጳውሎስ ደስታ ከጌታ ኢየሱስ ጋር ያለው ሕብረት ነው። ይህን ምድራዊ ሕይወት እና ማንኛውንም ነገር በመተው በሚወደው እና በሚናፍቀው ጌታ እቅፍ ውስጥ መግባት ነው።

በሕይወቱ ምንም ቢከሰት፤ጳውሎስ የእግዚአብሔርን ሕልውና እና ደስታ ያውቀው ነበር። በፊልጵስዩስ 4:13 እንዲህ ይላል፤“ኃይልን በሚሰጠኝ በክርስቶስ ሁሉን እችላለሁ።” ጳውሎስ በሕይወቱ ታላላቅ መሰናክሎችን ተጋፍጧል። ከሌሎች ሐዋሪያቶች በላይ መከራ ተቀብሏል፤በጌታ በኢየሱስ ባለው እምነት ምክንያት ተሰዷል። በእነዚህ ነገሮች ሁሉ ውስጥ ግን ጳውሎስ በሕይወቱ የያዘውን የተትረፈረፈውን የጌታን ኃይል ይለማመድ ነበር።

ይህ የእግዚአብሔር ብርታት በሕይወታችን እና በአገልግሎታችን ማወቃችን ምን ያህል ደስታን ይሰጣል። ይህ ስንል ማንኛውም ነገር ቀላል ይሆንልናል ማለት አይደለም። ብዙ ጊዜ በሕይወት ተግዳሮቶች እና ፈተና ውስጥ የእግዚአብሔር ብርታት እና ህብረት ሲሰማኝ አግኝቻቸዋለሁ።ብዙ ጊዜ ደካማ በሆንበት ስፍራ ታላቅ የሆነ ብርታት እና መጽናናትን እንለማመዳለን።

ትልቁ የኤደን ደስታ የሚመጣው በገነት ውስጥ አብሮን ከሚራመደው ፈጣሪያችን ጋር በሚኖረን ሕብረት የተነሳ ነው። በኢየሱስ በኩል አሁንም በገነት ደስታ ሃሴት ልናደርግ እንችላለን። እግዚአብሔር ሐጢአት ከእኛ የወሰደብንን በረከቶች ሊመልስልን ይናፍቃል። እሱ በሕይወታችን ያለውን ዓላማ ሙላት እንለማመድ ዘንድ የሚስፈልገንን ሁሉ ይሰጠናል።

እኛ ራሳችንን መጠየቅ የሚገባን ጥያቄ "የኤደንን ደስታዎች ዛሬም እየተለማመድን ነውን?" የሚል ነው። እግዚአብሔር ለእኛ በሚፈልገው ሕብረት ውስጥ እየተመላለስን ነውን? እኛ የተፈጠርነው ለኤደን ነበር። በእግዚአብሔር እና በዓላማው እንድንደሰት ተፈጥረን ነበር። ከዚያ ክብር ባነሰ ሕይወት ውስጥ ተቀምጠናልን?

ለምልከታ:

- "ኤደን" የሚለው ቃል ትርጓሜው ምንድ ነው? እግዚአብሔር ለሕይወታችን ስላለው ዓላማ ምን ያስተምረናል?
- ዛሬ የኤደንን ደስታ እንዳንለማመድ የሚያደርገን ምንድ ነው?
- እግዚአብሔር እርካታ እንዲሰጠን እና በደስታ እንዲሞላን መፈለጉ የተገባን ነውን? ወደ እግዚአብሔር ዓላማ ሙላት እንዳንገባ የሚያደርገን ኃጢአት ነውን?
- በኖድ ምድር በመቀመጣችን እና የኤደንን ደስታዎች ባለመለማመዳችን ለምን ደስተኞች ሆንን?
- እግዚአብሔር ለሕይወትህ ያለውን ዓላማ ሙላት ተለማምደዋልን? ያንን ሙላት በትልቅ ደረጃ ለመደሰት ምን መሆን አለበት?
- በዚህ ዓለም ውስጥ ተግዳሮቶች፤ተስፋ መቁረጥ እና ሃዘን መጠበቅ ይኖርብናልን? በነዚያ ጊዜአት የእግዚአብሔርን ደስታ እና ሃሴት ማወቅ እንችላለን?

ለጸሎት:

- ዛሬ በክርስቶስ ምን አይነት እርካታን እየተለማመድክ ነው? እሱ ላመጣልህ ደስታ እና ሐሴት እግዚአብሔርን ለማመስገን ትንሽ ጊዜ ውሰድ።
- በሕይወትህ ደስታ እና ሐሴት የማይገኝበት የትኛውም ክፍል ጌታ እንዲያሳይህ ጸልይ። በዚህ የሕይወትህ ክፍል በእርሱ መደሰት ትችል ዘንድ እንዲያስተምርህ ጸልይ።
- በዚህ የኃጢአት ዓለም ውስጥ እየኖርን ቢሆንም እግዚአብሔርን አመስግን፤ አሁንም የኤደንን ደስታ መለማመድ እንችላለን። ከእርሱ ጋር በመመላለስ ስታድግ እግዚአብሔር ተጨማሪ የኤደን ደስታዎችን ትለማመድ ዘንድ እንዲረዳህ ጠይቅ።

7

በኤደን ሙላት ውስጥ መኖር

በዚህ የመጨረሻው ምዕራፍ፤በእግዚአብሔር ዓላማ ሙላት ውስጥ ስለ መኖር በዘፍጥረት 4:16 የተማርነውን መመርመር እፈልጋለሁ። በጉዳዩ ላይ አንድ ሙሉ መጽሐፍ ልንጽፍ እንችላለን። ይህ እንግዲህ የዘፍጥረት 4:16 ጥናት ነው፤የእኔም ዓላማ ይህ የተለየ ክፍል በዚህ ረገድ ምን እንደሚያስተምረን ማየት ነው። እስቲ ይህን ጥቅስ እና አውደ ጽሑፉ በሚያስተምረው ላይ ማጠቃለያ ለመስጠት ትንሽ ጊዜ ወስደን እናጠቃልል።

የተፈጠርነው ለኤደን ነው

ከዘፍጥረት 4:16 አውደ ጽሑፍ የምንማረው የመጀመሪያው ነገር እግዚአብሔር የፈጠረን በኤደን ሙላት ውስጥ እንኖር ዘንድ ነው። እግዚአብሔር አዳም እና ሔዋን ደስታ፤በረከት እና መልካም እድሎችን ይለማመዱ ዘንድ በኤደን ገነት ውስጥ አስቀመጣቸው። ኃጢአት ከእነዚያ መልካም እድሎች ሙላት ያጎደላቸው ቢሆንም፤ዳሩ ግን በጌታ ኢየሱስ ሥራ ዛሬም በህይወታችን የኤደን ገነትን በረከት መለማመድ እንችላለን። መጽሐፍ ቅዱስ ስለ እነዚህ በረከቶች ሁሉ ይናገራል።

ጳውሎስ በፊልጵስዩስ 4:7 አዕምሮን ሁሉ ስለሚያልፈው ሰላም ለፊልጵስዩስ ሰዎች ይነግራቸዋል። ያዕቆብ ከጠየቅን ጌታ እግዚአብሔር ጥበብ እንደሚሰጠን ይነግረናል (ያዕቆብ 1:5) ። ጳውሎስ ኃይልን በሚሰጠው በክርስቶስ ሁሉን እንደሚያደርግ ይናገራል (ፊልጵስዩስ 4:13) ። ኢየሱስ በእርሱ የሚያምኑ የሕይወት ውኃ ወንዝ ከውስጣቸው እንደሚፈልቅ የተስፋ ቃልን ሰጥቷል (ዮሐንስ 7:38) ። ኢየሱስ ለአድማጮቹ በሕይወታቸው ብዙ ፍሬ ሲያፈሩ አብ እንደሚከብር አስታውሷቸው ነበር (ዮሐንስ 15:8)። እንዲሁም ማንኛውንም ነገር በስሙ ብንጠይቅ እሱ እንደሚፈጽም የተስፋ ቃልን ሰጥቷል (ዮሐንስ 14:14) ። እነዚህ ጥቅሶች ከብዙ በጥቂቱ የተጠቀሱ በዚህ ዓለም ስንኖር የምንለማመዳቸው በረከቶች ናቸው። ኢየሱስ እነዚህን በረከቶች ለእኛ

ሊመልስልን መጣ። በእያንዳንዱ ቀን በእርሱ ህልውና ውስጥ ስንመላለስ የደስታውን ሙላት ማወቅ እንችል ዘንድ እሱ ሕይወቱን ሰጥቷል።

ዛሬ የኤደን ገነትን ሙላት መለማመድ ካለብን፤የተፈጠርነው በኤደን ውስጥ እንድንኖር እና ታላቁ ደስታችን እና ሐሴታችን የሚገኘው በእግዚአብሔር ሕልውና እና በበረከቱ ውስጥ እንደሆነ በመጀመሪያ ማስታወስ አለብን። ይህ ለእኛ የታሰበ የእግዚአብሔር ዓላማ እንደሆነ መቀበል ይኖርብናል። እሱ በኤደን ውስጥ እንኖር ዘንድ ፈጥሮናል፤ያም በሐጢያት ምክንያት ከእኛ ሲወሰድ፤እነዚህ በረከቶች ሁሉ ይመለሱ ዘንድ አንድያ ልጁን እንዲሞት ወደ ምድር ላከው። ለእነዚህ ታላላቅ በረከቶች የተገባን ባንሆንም፤ነገር ግን እግዚአብሔር በእኛ ደስተኛ ነው፤ስለሆነም ለክብሩ፤ለደስታችን እና ለመንግስቱ መስፋት ሊያስታጥቀን ይፈልጋል።

እኛ የእግዚአብሔር ርስት ነን

ከዘፍጥረት 4:16 የምንማረው ሁለተኛው መርህ እናቱ ቃየን ብላ የጠራችበት ምክንያት ነው። ቃየን የእግዚአብሔር ርስት ነበር። የኤደንን ሙላት መለማመድ ካለብን በአዕምሯችን እና በፈቃዳችን በዚህ ሃሳብ ውስጥ ማረፍ አለብን። የራሳችን አይደለንም። የተፈጠርነው በእግዚአብሔር ለእግዚአብሔር ነው (ሮሜ 11:36) ። ጳውሎስ በ1ኛ ቆሮንቶስ 6:20 በዋጋ—በእግዚአብሔር አንድያ ልጅ ሞት እንደተገዛን ያስታውሰናል። የእርሱ ሞት ከኃጢአት ዋጅቶን የእግዚአብሔር ልጆች አድርጎናል። እኛ የእርሱ ነን እሱም ጌታችን እና አምላካችን ነው።

እንደ እግዚአብሔር አገልጋዮች፤የሕይወት ተልዕኳችን ስሙን ማክበር እና ከፍ ማድረግ ነው። የበረከቱን ሙላት መለማመድ ካለብን፤ለሃሳቦቻችን እና አጀንዳዎቻችን ለመሞት ፈቃደኛ መሆን እና ለእርሱ እና ለዓላማው የተገዛን መሆን አለብን። እስክንማረክ እና ይህን እውነታ አስንቀበል ድረስ፤በሕይወታችን መቼም የእግዚአበሔርን በረከት ሙላት አንለማመድም። በሙሉ መሰጠት ብቻ የኤደንን እውነት እና በረከቶች እናውቃለን። እሱ በሁሉም የሕይወታችን ዝርዝር ሙሉ ስልጣን ሊኖረው ይገባል። እኔ ጌታዬ እና አምላኬ እንዲሆን የማልፈቅድ ከሆነ የኤደንን ሙላት አልለማመድም።

የኤደን በረከቶች ሁሉ የሚገኙት በእግዚአብሔር ህልውና ውስጥ ብቻ ነው

ከዘፍጥረት 4:16 ውስጥ የምናገኘው ሦስተኛው መርህ በኤደን በረከቶች ውስጥ መኖር ቃየን ከእግዚአብሔር ፊት በወጣ ጊዜ በሆነው ውስጥ ይገኛል።ቃየን ከእግዚአብሔር ፊት ወጥቶ በሄደ ጊዜ፤የእግዚአብሔርን በረከት ሙላት ትቶ ወጥቷል። አያችሁ፤የኤደን

በረከቶች የሚገኙት በእግዚአብሔር ሕልውና ውስጥ ብቻ ነው። እግዚአብሔር የኤደን በረከት ነውና። ኤደን ከእግዚአብሔር ውጪ የሆነ በረከት አትሰጥም።

የእግዚአብሔርን በረከቶች መለማመድ የሚፈልጉ በርካታ ሰዎች አሉ ነገር ግን በእግዚአብሔር ህልውና ውስጥ ለመኖር ፈቃደኞች አይደሉም። በእግዚአብሔር ህልውና ውስጥ መኖር ማለት በኃጢአተኛ ተፈጥሯችን መፈተን ማለት ነው። በእግዚአብሔር ሕልውና ውስጥ መኖር የእግዚአብሔርን ቅድስና ከሚያጎድፍ ከማንኛውም ነገር መራቅን ይጠይቃል። በእግዚአብሔር ህልውና ውስጥ መኖር ለእግዚአብሔር ፈቃድ እና ዓላማ መገዛትን ይጠይቃል። ሁሉም ሰው ይህን ለማድረግ ፈቃደኛ አይደለም። በርካቶች የእግዚአብሔርን በረከት ይፈልጋሉ ነገር ግን ከእግዚአብሔር ህልውና ርቀው በኖድ ምድር መኖር ይፈልጋሉ።

እግዚአብሔርን ትተህ የኤደን በረከቶችን መለማመድ አትችልም። እርሱ በረከት ነው። የሚሞላን የእርሱን ሰላም እና ደስታ ነው። የሚመራን የእርሱ ብርታት እና ጥበብ ነው። ከእግዚአብሔር ስትርቅ ከበረከትህ ሁሉ ምንጭ ትርቃለህ። የእግዚአብሔርን በረከት የምትፈልግ ከሆነ እግዚአብሔር ያስፈልግሃል።

በየትኛውም የሕይወትህ ክፍል የእግዚአብሔርን በረከት የምትፈልግ ከሆነ፤እሱ የህይወትህ አካል መሆን አለበት። ለሃሳቦቻችን እና አመለካከቶቻችን እድል ሊሰጠው ይገባል። እሱ በቤተሰባችን፤በሕይወታችን እና በስራችን ውስጥ መኖር አለበት። የእርሱ ሕልውና በምንሰራው ሁሉ ሊኖር ይገባል። ከእግዚአብሔርን ሕልውና ላለመራቅ ቁርጠኛ ውሳኔ ማድረግ አለብን። በእርሱ ህልውና ውስጥ ብቻ ነው የኤደን በረከቶችን ሙላት መለማመድ የምንችለው።

በኖድ ደስተኞች መሆን የለብንም

በመጨረሻም፤ቃየን በኖድ ምድር (የመቅበዝበዝ ምድር) እንደተቀመጠ አስተውሉ። ቃየን ኖድ ቤቱ እንዲሆን ወሰነ፤እርሱ በመቅበዝበዝ ምድር በመኖሩ ደስተኛ ነበር። እኔ በኖድ ምድር በመኖራቸው ደስተኞች የሆኑ ሰዎችን አግኝቻለሁ። በእንቢተኝነት መንገድ እግዚአብሔር እና ዓላማው ላይ እያመጹ ነው እያልኩ አይደለም። እኔ እያልኩ ያለሁት ባሉበት በመቅረታቸው ደስተኞች ናቸው። የኤደንን በረከት ለመለማመድ ያላቸው መሻት ጠፍቷል። ለእግዚአብሔር እና ለፈቃዱ ያላቸው ጥማት "ቆሟል"። እነርሱ ለጌታ ያላቸው አቅም ላይ አልደረሱም ወይም እግዚአብሔር ለእነርሱ ያዘጋጀውን ሁሉ አልተለማመዱም ነገር ግን ባሉበት ቦታ ተመችቷቸዋል" ጥቅም ላይ ሳይውሉ የቀሩ መንፈሳዊ ስጦታዎች አሉ። በመንፈሳዊ ሕይወታቸው ያልታዩ ገደቦች አሉባቸው። ያልተዋጉት ጦርነቶች አሉ፤ድሎችም ገና አልተገኙም። የእግዚአብሔርን ሙላት የተወሰነ ክፍል ብቻ እየቀመሱ በኤደን ጥላዎች ውስጥ ለመኖር እርካታ ያላቸው ይመስላሉ። በሕይወታቸው ሙላት እንዲመጣ ይፈልጋሉ ነገር ግን የኤደንን ደስታ የሚለማመዱት በትንሹ ነው። በባለፈው በኤደን በኖሩበት የክብር ቀኖቻቸው በነበራቸው ደስታ የረኩ ይመስላሉ።

ኖድ ለሁላችንም ፈተና ነው። "በምስራቅ ኤደን" መቀመጥ የሚመች ይመስላል። በኃጢአታችን ከሚወቅሰን የእግዚአብሔር ሕልውና ያስወግደናል። ወደማይታወቀው ደረጃ መውጣት ከሚያስከትል ተግዳሮት ያስቀረናል። ኖድ የረጋ ወንዝ ነው። በተበላሹ ስጦታዎች እና ዕድሎች ጥልቅ ጉድጓድ ውስጥ ዓመታት የሚጠፉበት ስፍራ ነው። እግዚአብሔር ዛሬ ልባችንን ለእርሱ እንደገና እንድንከፍት ይጠይቀናል። ልባችሁ በኖድ እንዲቀመጥ አትፍቀዱ። በማመቻመች ተመችቷችሁ አትኑሩ።

ዛሬ ወደ እግዚአብሔር እየጮኽ "ጌታ ሆይ፤መገኘትህን በሕይወቴ እናፍቃለሁ። ከአንተ ህልውና ፊት መውጣት አልፈልግም" በል። ምን ያህል ሰዎች ከተባረከው ህልውና ውጪ ሆነው ይኖራሉ? የእግዚአብሔርን ሕልውና እና ሙላት ሳይፈልጉ ይኖራሉ። እነርሱ በሙሉ ጥቅም ላይ ባልዋለ አቅም እና በረከት በኖድ ለመኖር ሰፍረዋል። እግዚአብሔር እና የኃይሉ እውነታ ርቀዋል። እግዚአብሔር የምንማረው ስነመለኮት እንጂ የምንዘናናበት ሰው አይደለምና። የክርስቲያን ሕይወት ተከታታይ ህግጋት እንጂ የአመስጋኝ ልብ ምላሽ አይደለም። ድል አቅም እንጂ፤ዳሩ ግን በእውነቱ እውነታ አይደለምና። በረከት እውነት የሚሆነው በእግዚአብሔር ህልውና ውስጥ ብቻ ነው።

እግዚአብሔር የኤደንን በረከት እና ሙላት እንለማመድ ዘንድ በልጁ ሞት ተዋጅተን እና ተፈጥረን ሳለ በኖድ እንድንቀመጥ ያለብን ፈተና መቋቋም እንድንችል ጸጋን የሰጠን።

ለምልከታ፡

- በኤደን በረከት ውስጥ እንኖር ዘንድ ስለመፈጠራችን የሚናገር ምን የመጽሐፍ ቅዱስ ማስረጃ አለ? የእርሱ ለሆኑት ከጌታ ዘንድ ቃል የተገቡ በረከቶች ምንድ ናቸው?
- እንደ እግዚአብሔር ርስት መኖር ማለት ምን ማለት ነው? ለእግዚአብሔር በመስጠት መኖር የእግዚአብሔርን በረከት ሙላት ለመለማመድ በር የሚከፍተው እንዴት ነው?
- ከህልውናው ውጪ የእግዚአብሔርን በረከት ሙላት መለማመድ እንችላለን?
- በምንሰራው ሁሉ እግዚአብሔርን የህይወታችን ክፍል እንዴት አናደርጋለን?
- በህይወታችሁ ከእግዚአብሔር ሙላት እጅግ ባነሰ ነገር ደስተኞች ሆናችኋልን? በምታደርጉት ነገር የእርሱን ህልውና ታውቃላችሁን? አብራሩ።

ለጸሎት፡

- እግዚአብሔር ሊሞላን እና ለክብሩ ሊጠቀምብን ስለሚፈልገው መንገድ እግዚአብሔርን ለማመስገን ትንሽ ጊዜ ውሰዱ።

- እግዚአብሔር በሕይወታችሁ ለእርሱ እና ለዓላማው ሙሉ በሙሉ የተሰጣችሁ ትሆኑ ዘንድ ጸጋን እንዲሰጣችሁ ጸልዩ። በሕይወታችሁ ለእርሱ ያልተሰጠ ማንኛውም የሕይወታችሁ ክፍል ካለ እንዲያሳያችሁ ጸልዩ።
- በምትሰሩት ሁሉ እግዚአብሔር እንዲኖር ጸልዩ። የሃሳባችሁ፤ የአመለካከታችሁ እና የእንቅስቃሴያችሁ አካል እንዲሆን ጠይቁ።
- እርሱ እንድትሆኑ የሚፈልጋችሁን ትሆኑ ዘንድ ትልቅ የሆነ መሻት እግዚአብሔር እንዲሰጣችሁ ጸልዩ። እንደገና ሕይወታችሁን እርሱ በሚፈልገው መንገድ እንዲጠቀምበት ለእርሱ ስጡ።

ላይት ቱ ማይ ፓዝ የመጽሐፍ ስርጭት

ላይት ቱ ማይ ፓዝ (LTMP) በእስያ፤በላቲን አሜሪካ እና በአፍሪካ ላሉ ድሃ ክርስቲያን አገልጋዮችን የሚደርስ የመጽሐፍ ስርጭት አገለግሎት ነው። በታዳጊ አገሮች ውስጥ የሚገኙ በርካታ ክርስቲያን አገልጋዮች የመጽሐፍ ቅዱስ ሥልጠና ለማግኘት ወይም ለአገልግሎቶቻቸው እና በግል ለመታነጽ የሚሆን የመጽሐፍ ቅዱስ ጥናት ቁሳቁሶችን ለመግዛት አስፈላጊ የሆኑ ሃብቶች የላቸውም። ኤፍ.ዋይኒ ማክ ሌኦድ የአክሽን ኢንተርናሽናል ሚኒስትሪስ አባል ሲሆን በዓለም ዙሪያ ላሉ ድሃ ክርስቲያን አገልጋዮች ይሰራጩ ዘንድ ዓላማን በማንገብ እነዚህን መጽሐፍቶች ሲጽፍ ቆይቷል።

እስከዛሬ በሺዎች የሚቆጠሩ መጽሐፍት ከስድሳ በላይ በሆኑ አገራት ውስጥ ለስብከት፤ለማስተማር፤ለወንጌል ስርጭት አገልግሎት እና ለአከባቢው አማኞች ማበረታቻ ጥቅም ላይ ውሏል። አሁን መጽሐፍቶቹ ወደ በርካታ ቋንቋዎች ተተርጉሟል። ዓላማው በተቻለ መጥን ለሁሉም አማኞች ተደራሽ ማድረግ ነው።

የ(LTMP) አገልግሎት በእምነት ላይ የተመሠረተ አገልግሎት ነው፤በዓለም ዙሪያ ያሉ አማኞችን ለማበረታታት እና ለማነጽ መጽሐፎቹ ይሰራጩ ዘንድ ለእነዚህ አስፈላጊ ሃብቶች ጌታን እንታመናለን። ጌታ እነዚህን መጽሐፍት ለመተርጎም እና የበለጠ ለማሰራጨት በሮችን ይከፍት ዘንድ ትጸልያላችሁን?

ስለ ላይት ቱ ማይ ፓዝ የመጽሐፍ ስርጭት ተጨማሪ መረጃ ለማግኘት ድህረ ገጻችንን ይጎብኙ http://ltmp-homepage.blogspot.ca

---

i

www.ingramcontent.com/pod-product-compliance
Lightning Source LLC
Chambersburg PA
CBHW052127070526
44586CB00016B/2122
* 9 7 8 1 9 2 7 9 9 8 9 7 7 *